சிறுதானிய பாரம்பரிய டிபன் வகைகள்

சிறுதானிய பாரம்பரிய டிபன் வகைகள்
Sirudaniya Parambariya Tiffen Vagaigal
Sri Vidhya ©

First Edition: August 2015
96 Pages
Printed in India.

ISBN: 978-93-84149-29-1
Title No: Kizhakku 830

Kizhakku Pathippagam
177/103, First Floor,
Ambal's Building, Lloyds Road
Royapettah, Chennai 600 014.
Ph: +91-44-4200-9603

Email : support@nhm.in
Website : www.nhm.in

Kizhakku Pathippagam is an imprint of New Horizon Media Private Limited

சிறுதானிய
பாரம்பரிய
டிபன் வகைகள்

ஸ்ரீ வித்யா ஜெகந்நாதன்

உள்ளே...

வரகு

குதிரைவாலி

சோளம்

கேழ்வரகு (ராகி)

கம்பு

சிறுதானிய கலவை

சமையல் புத்தகங்களில் சொல்லப்படும் சமையலுக்கான சில அளவுக் குறிப்புகள்

- ❖ ஒரு கப் அளவு என்பது கிட்டத்தட்ட 200 கிராம் - (கொஞ்சம் முன்னே பின்னே இருந்தாலும் தவறில்லை.)
- ❖ ஒரு ஆழாக்கு என்பதும் கிட்டத்தட்ட 200 கிராம் தான்.
- ❖ ஒரு டம்ளர் தண்ணீர் என்பது 200 மில்லி
- ❖ 1 கப் பால் 250 மில்லி லிட்டர்
- ❖ 1 கப் மாவு 125 கிராம்
- ❖ 1 கப் வெண்ணெய் 250 கிராம்
- ❖ 1 கப் பிரெட் தூள் - 60 கிராம்

படி கணக்கு:

- ❖ 1 படி = ஒரு படி என்பது = எட்டு ஆழாக்கு
- ❖ ஒரு படி என்பது = 8 டம்ளர்
- ❖ 3/4 படி என்பது = 6 டம்ளர்
- ❖ 1/2 படி என்பது = 4 டம்ளர்
- ❖ 1/4 படி என்பது = 2 டம்ளர்

ஸ்பூன் கணக்கு:

- ❖ 3 டீஸ்பூன்கள் = 1 டேபிள் ஸ்பூன்
- ❖ 1 டீஸ்பூன் 5 மில்லி லிட்டர்
- ❖ 1 டேபிள் ஸ்பூன் 3 டீஸ்பூன்
- ❖ 1 கப் 16 டேபிள் ஸ்பூன்
- ❖ 1 டீஸ்பூன் சர்க்கரை - 5 கிராம்
- ❖ 1 டேபிள் ஸ்பூன் கடுகு - 10 கிராம்
- ❖ 1 டேபிள் ஸ்பூன் மாவு - 8 கிராம்
- ❖ 1 டேபிள் ஸ்பூன் உப்பு - 15 கிராம்

* தானியம் எந்த கப்பில் அளக்கிறீர்களோ, அதே அளவு கப்பில்தான் தண்ணீர் அளந்து ஊற்றவேண்டும். அது கப்பாக இருக்கலாம் அல்லது டம்ளராகவும் இருக்கலாம்.

அவசியம் தெரிந்துகொள்ள வேண்டிய
சிறு தானியங்களின் நற்குணங்கள், பலன்கள்:

1. தினை (Foxtail Millet): இந்தத் தானியம் உலக அளவில் பயிரிடப்படுகிறது. நீரிழிவு நோயாளி களுக்கு மிகவும் நல்லது. சமைப்பது எளிது. செரிமானம் மிகவும் சுலபம்.

2. சாமை (Little Millet): சாமை தானியம் அதிக மருத்து குணம் கொண்டது. வயிற்றுப் புண்ணை ஆற்றும் சக்தி வாய்ந்தது. மலச் சிக்கல் வராமல் தடுக்கும். எல்லா வயதினர்களுக்கும் உண்ண ஏற்றது.

3. கம்பு (Pearl Millet): கம்பு உடலுக்கு மிகவும் குளிர்ச்சி தரக் கூடியது. பாலூட்டும் தாய்மார்களுக்கு ஏற்றது. வயிற்றுப் புண், குடல் புண்ணை ஆற்றும் குணம் கொண்டது. இரும்பு, புரதச் சத்து, மாவுச் சத்து நிறைந்தது.

4. கேழ்வரகு அல்லது ராகி (Finger Millet) : கேழ்வரகு தானியம் நீரிழிவு நோயாளிகளுக்கு மிக மிக நல்லது. உடல் எடையைக் குறைக்கும் குணம் கொண்டது. குழந்தைகளுக்கு மிகச் சிறந்த உணவு. கஞ்சி, கூழ் தயார் செய்ய மிகவும் உகந்தது.

5. குதிரைவாலி (Barnyard Millet): இத்தானியம் உடல் உறுப்புகளைத் தூய்மைப்படுத்தும் நற்குணம் கொண்டது. மிகவும் நார்ச் சத்து உள்ளது. புரதச் சத்து, இரும்புச் சத்தும் அதிகம் கொண்டது.

6. வரகு (Kodo Millet): வரகு நீரிழிவு நோயாளிகளுக்கு ஏற்றது. இந்த வரகுச் செடி தண்ணீர் இல்லாமலேயே வாழும் ஆற்றல் கொண்டது. உடல் பருமனைக் குறைக்க வல்லது. பெண்களுக்கு மாத விடாய் பிரச்னைகளை சரி செய்ய வல்லது. கண்களுக்கு மிகவும் நல்லது.

7. சோளம் (White Millet): சோளம் பல ஆயிரம் ஆண்டுகளாக உணவுகளில் சேர்க்கப்படுகிறது. மாவுச் சத்து, நார்ச் சத்து அதிகம் உள்ளது. இதை சிறிது சாப்பிட்டாலே வயிறு நிரம்பி விடும். நீரிழிவு நோயாளிகளுக்கு மிகவும் உகந்தது.

8. கொள்ளு (Horse Gram): கொள்ளு தானியம் சளி, இருமலுக்கு மிகவும் நல்லது. மலச்சிக்கல் வராமல் பாதுகாக்கும். வயிறு உபாதைகளுக்கு நல்லது. இந்தத் தானியத்தை அளவாகச் சாப்பிடுவது மிகவும் நன்மை பயக்கும்.

சாமை

1. சாமை இட்லி

தேவையான பொருள்கள்:

சாமை அரிசி - 2 கப்

உளுந்து - 1/2 கப்

அவல் - 1 கைப்பிடி

வெந்தயம் - 1 ஸ்பூன்

உப்பு -2 தேவையான அளவு

செய்முறை:

❖ முதலில் சாமை அரிசியை இரண்டு அல்லது மூன்று முறை நல்ல தண்ணீரில் நன்றாக அலம்பிக் கொள்ளவும்.

❖ பின் கழுவின சாமை அரிசியை தனியாக 4-5 மணி நேரம் ஊறவைக்கவும்.

❖ அவலையும் தனியாக ஊறவைக்கவும்.

❖ உளுந்தையும் வெந்தயத்தையும் ஒன்றாக ஊறவைக்கவும். (ஒரு 1/2 மணி நேரம் ஊறவைத்தால் போதும்.)

❖ 4-5 மணி நேரத்துக்குப் பிறகு அரிசியையும் அவலையும் சேர்த்து சற்று கொரகொரப்பாக அரைத்துக் கொள்ளவும். இல்லையென்றால் இட்லி மொழு மொழுவென்று இருக்கும்.

❖ அடுத்து உளுந்தையும் வெந்தயத்தையும் தண்ணீர் கொஞ்சம் கொஞ்சமாகச் சேர்த்து புசுபுசுவென்று வருமாறு அரைக்கவும்.

❖ பிறகு அரிசி மாவையும் உளுந்து மாவையும் தேவையான அளவு உப்பு சேர்த்து ஒன்றாகக் கரைக்கவும்.

❖ 7 முதல் 8 மணி நேரம் மாவைப் புளிக்க விடவும். அல்லது இரவு படுக்கும் முன் கரைத்து வைத்தால் காலை நன்றாகப் புளித்து மாவு பொங்கி இருக்கும்.

❖ இட்லி பாத்திரத்தில் அடியில் தண்ணீர் விட்டு இட்லி தட்டில் மாவு விட்டு 15 நிமிடங்கள் அடுப்பில் வைத்து இறக்கினால் சாமை இட்லி தயார்.

குறிப்பு :

இதில் சாமை அரிசி 2 கப்பிற்குப் பதிலாக 1 கப் சாமை அரிசியும் 1 கப் இட்லி அரிசியும் சேர்த்தும்கூட மேலே குறிப்பிட்டதுபோல் ஊறவைத்து இட்லி செய்யலாம்.

2. சாமை வெஜிடெபிள் இட்லி

தேவையான பொருள்கள்:

சாமை அரிசி - 2 கப்

உளுந்து - 1/2 கப்

அவல் - 1 கைப்பிடி

வெந்தயம் - 1 ஸ்பூன்

பொடியாக நறுக்கிய காய்கறிகள் (காரட், பீன்ஸ், குடைமிளகாய்) - 1/4 கப்

நெய் - 1 ஸ்பூன்

பொடியாக நறுக்கிய கொத்தமல்லி - 1 கைப்பிடி

உப்பு - தேவையான அளவு

செய்முறை:

❖ முதலில் சாமை அரிசியை இரண்டு அல்லது மூன்று முறை நல்ல தண்ணீரில் நன்றாக அலம்பிக் கொள்ளவும்.

❖ பின் கழுவின சாமை அரிசியை தனியாக 4-5 மணி நேரம் ஊறவைக்கவும்.

❖ அவலையும் தனியாக ஊறவைக்கவும்.

❖ உளுந்தையும் வெந்தயத்தையும் ஒன்றாக ஊறவைக்கவும். (ஒரு 1/2 மணி நேரம் ஊறவைத்தால் போதும்.)

❖ 4-5 மணி நேரத்துக்குப் பிறகு அரிசியையும் அவலையும் சேர்த்து சற்று கொரகொரப்பாக அரைத்துக் கொள்ளவும். இல்லையென்றால் இட்லி மொழு மொழுவென்று இருக்கும்.

❖ அடுத்து உளுந்தையும் வெந்தயத்தையும் தண்ணீர் கொஞ்சம் கொஞ்சமாகச் சேர்த்து புசுபுசுவென்று வருமாறு அரைக்கவும்.

❖ பிறகு அரிசி மாவையும் உளுந்து மாவையும் தேவையான அளவு உப்பு சேர்த்து ஒன்றாகக் கரைக்கவும்.

❖ 7 முதல் 8 மணி நேரம் மாவைப் புளிக்க விடவும். அல்லது இரவு படுக்கும் முன் கரைத்து வைத்தால் காலை நன்றாகப் புளித்து மாவு பொங்கி இருக்கும்.

❖ இட்லி மாவு தயாரானதும் இட்லி மாவில் பொடியாக நறுக்கிய காய்கறிகள், காய்கறிக்கு தேவையான அளவு உப்பு, 1 ஸ்பூன் நெய் மற்றும் பொடியாக நறுக்கிய கொத்தமல்லி சேர்த்து நன்றாக மாவைக் கலக்கவும்.

❖ பின் இட்லி தட்டில் மாவை ஊற்றி மூடி இட்லி பானையில் 15 நிமிடங்கள் வேக விட்டு எடுத்தால் சுவையான வெஜிடெபிள் இட்லி தயார்.

3. சாமை காஞ்சிபுரம் இட்லி

தேவையான பொருள்கள்:

சாமை அரிசி - 2 கப் -

உளுந்து - 1 கப்

வெந்தயம் - 1 ஸ்பூன் -

மிளகு - 1 ஸ்பூன்

சீரகம் - 1 ஸ்பூன்

கருவேப்பிலை - சிறிதளவு

சுக்குப்பொடி - 10 கிராம் -

நல்லெண்ணெய் / நெய் - 1 கரண்டி

உப்பு - தேவையான அளவு

செய்முறை:

❖ முதலில் சாமை அரிசியை இரண்டு அல்லது மூன்று முறை நல்ல தண்ணீரில் நன்றாக அலம்பிக் கொள்ளவும்.

❖ பின் கழுவின சாமை அரிசியை தனியாக 4-5 மணி நேரம் ஊறவைக்கவும்.

❖ அவலையும் தனியாக ஊறவைக்கவும்.

❖ உளுந்தையும் வெந்தயத்தையும் ஒன்றாக ஊறவைக்கவும். உளுந்து 1/2 மணி நேரம் ஊற வைத்தால் போதும்.

- ❖ 4-5 மணி நேரத்துக்குப் பிறகு அரிசியையும் அவலையும் சேர்த்து சற்று கொரகொரப்பாக அரைத்துக் கொள்ளவும். இல்லையென்றால் இட்லி மொழு மொழுவென்று இருக்கும்.

- ❖ அடுத்து உளுந்தையும் வெந்தயத்தையும் தண்ணீர் கொஞ்சம் கொஞ்சமாகச் சேர்த்து புசுபுசுவென்று வருமாறு அரைக்கவும்.

- ❖ பிறகு அரிசி மாவையும் உளுந்து மாவையும் தேவையான அளவு உப்பு சேர்த்து ஒன்றாகக் கரைக்கவும்.

- ❖ 7 முதல் 8 மணி நேரம் மாவைப் புளிக்க விடவும். அல்லது இரவு படுக்கும் முன் கரைத்து வைத்தால் காலை நன்றாகப் புளித்து மாவு பொங்கி இருக்கும்.

- ❖ புளித்து தயாராக இருக்கும் மாவில் மிளகு, சீரகம், கருவேப்பிலை, சுக்குப்பொடி மற்றும் நல்லெண்ணெய் அல்லது நெய் சேர்த்து நன்றாக கலக்கவும்.

- ❖ 2 மணி நேரம் கழித்து இட்லி தட்டில் மாவு சேர்த்து வேகவிடவும்.

- ❖ காஞ்சிபுரம் இட்லி தயார்.

குறிப்பு :

இந்த மாவை சிறிய சிறிய டம்ளர்களிலும் ஊற்றி இட்லி பானையில் வைத்து வேகவைத்து எடுக்கலாம்.

4. சாமை வெந்தய இட்லி

தேவையான பொருள்கள்:

சாமை அரிசி - 2 கப்

வெந்தயம் - 4 ஸ்பூன்

உளுந்து - 1/4 கப் -

உப்பு - தேவையான அளவு

செய்முறை:

- ❖ முதலில் சாமை அரிசியை இரண்டு அல்லது மூன்றுமுறை நல்ல தண்ணீரில் நன்றாக அலம்பிக் கொள்ளவும்.

- ❖ பின் சாமை அரிசியை தனியாக 4 முதல் 5 மணி நேரம் ஊறவைக்கவும்.

- ❖ உளுந்தையும் வெந்தயத்தையும் 1/2 மணி நேரம் ஒன்றாக ஊறவைக்கவும்.

- ❖ பின் சாமை அரிசியை சற்று கொரகொரவென அரைத்துக்கொள்ளவும்.

- ❖ உளுந்தையும் வெந்தயத்தையும் தண்ணீரைக் கொஞ்சம் கொஞ்சமாகச் சேர்த்து புசுபுசுவென்று வருமாறு அரைக்கவும்.

* அரிசி மாவையும் உளுந்து மாவையும் உப்பு சேர்த்து ஒன்றாக கரைத்து வைக்கவும்.

* 7-8 மணி நேரம் புளிக்க விடவும். அல்லது இரவு படுக்கும் முன் கரைத்து வைத்தால் காலை நன்றாக புளித்து மாவு பொங்கி இருக்கும்.

* இட்லி பாத்திரத்தில் அடியில் தண்ணீர் விட்டு இட்லி தட்டில் மாவு விட்டு 15 நிமிடங்கள் அடுப்பில் வைத்து இறக்கினால் சாமை வெந்தய இட்லி தயார்.

குறிப்பு :

இந்த மாவை சாதாரண இட்லி மாவை விட சற்று தண்ணீர் கூட சேர்த்துக் கரைக்க வேண்டும். இல்லையெனில் இட்லி சற்று கெட்டியாக இருக்கும்.

5. சாமை தோசை

தேவையான பொருள்கள்:

சாமை அரிசி - 1 1/2 கப்

இட்லி அரிசி - 1/2 கப்

உளுந்து - 1/2 கப்

வெந்தயம் - 1/2 ஸ்பூன்

உப்பு - தேவையான அளவு

செய்முறை:

* சாமை அரிசியையும் இட்லி அரிசியையும் ஒன்றாக நான்கு மணி நேரம் ஊறவைக்கவும்.

* பின் உளுந்தையும் வெந்தயத்தையும் ஒன்றாக ஊறவைக்கவும்.

* அரிசிகளை ஒன்றாகச் சேர்த்து சற்றுக் கொரகொரப்பாக அரைத்து எடுக்கவும்.

* உளுந்தை தனியாக அரைக்கவும்.

* பிறகு அரைத்து வைத்த அரிசியையும், உளுந்தையும் ஒன்றாகக் கரைத்து 7-8 மணி நேரம் புளிக்க வைக்கவும்.

* புளித்த மாவை தோசை மாவு பதத்துக்கு நன்றாகக் கரைத்துக்கொண்டு மெல்லிய தோசைகளாக வார்த்து எடுக்கவும்.

* சுவையான சாமை தோசை ரெடி.

* தொட்டுக்கொள்ள மிளகாய் பொடி, தேங்காய் சட்னி ஜோராக இருக்கும்.

தேவையான பொருள்கள்:

சாமை அரிசி - 2 கப்

உளுந்து - 1 கப்

வெந்தயம் - 1 ஸ்பூன்

பரங்கிக்காய் - 1 துண்டு

வெங்காயம் -1

பச்சை மிளகாய் - 2

உப்பு - தேவையான அளவு

தாளிக்க:

எண்ணெய் - தேவையான அளவு

கடுகு - 1/2 ஸ்பூன்

உளுத்தம் பருப்பு - 1/2 ஸ்பூன்

செய்முறை:

❖ முதலில் சாமை அரிசியை இரண்டு அல்லது மூன்று முறை நல்ல தண்ணீரில் நன்றாக அலம்பிக் கொள்ளவும். கழுவின சாமை அரிசியை தனியாக 4-5 மணி நேரம் ஊறவைக்கவும்.

❖ ஊற வைத்த அரிசியை சற்று கொரகொரவென அரைத்துக்கொள்ளவும்.

❖ உளுந்தையும் வெந்தயத்தையும் 1/2 மணி நேரம் ஊறவைத்து, பின் புசு புசுவென்று வருமாறு கொஞ்சம் கொஞ்சமாக தண்ணீர் சேர்த்து அரைக்கவும்.

❖ அரைத்த அரிசிமாவையும் உளுந்து மாவையும் ஒன்றாகக் கலந்து 8 மணி நேரம் புளிக்க விடவும்

❖ வெங்காயம், பச்சை மிளகாயைப் பொடியாக நறுக்கி வைத்துக் கொள்ளவும்.

❖ பரங்கிக்காயை தோல் சீவி துருவி வைத்துக்கொள்ளவும்.

❖ ஒரு வாணலியில் எண்ணெய் ஊற்றிக் காய்ந்ததும் கடுகு, உளுத்தம்பருப்பு தாளித்து வெங்காயம் மற்றும் பச்சைமிளகாயை சேர்த்து வதக்கவும்.

❖ வெங்காயம் வதங்கியதும் துருவிய பரங்கிக்காயை சேர்த்து வதக்கி மாவில் சேர்க்கவும்.

❖ நன்றாகக் கலக்கி மெல்லிய தோசைகளாக தோசைக்கல்லில் வார்த்து எடுக்கவும்.

7. சாமை துவரம் பருப்பு தோசை

தேவையான பொருள்கள்:

சாமை அரிசி - 1 கப்

துவரம் பருப்பு - 1/2 கப்

பூண்டு - 5 பல்

மிளகு - 1/2 ஸ்பூன்

சீரகம் - 1/2 ஸ்பூன்

மிளகாய் வற்றல்- 5 அல்லது 6

சின்ன வெங்காயம் - 6

சோம்பு - 1/2 ஸ்பூன்

கருவேப்பிலை - சிறிதளவு

உப்பு - தேவையான அளவு

செய்முறை:

❖ சாமை அரிசியையும் துவரம்பருப்பையும் ஒன்றாக 3 முதல் 4 மணி நேரம் ஊறவைக்கவும்.

❖ பின் ஊற வைத்த அரிசி, பருப்புடன் பூண்டு, மிளகு, சீரகம், மிளகாய் வற்றல், சின்னவெங்காயம், கருவேப்பிலை அனைத்தையும் சேர்த்து அரைக்கவும்.

❖ கடைசியாக மாவை எடுப்பதற்கு முன் சோம்பு சேர்த்து ஒரு சுற்று சுற்றி எடுக்கவும்.

❖ அரைத்த மாவை 5-6 மணி நேரம் வரை புளிக்க விடவும்.

❖ பிறகு தோசைக்கல்லில் விட்டு மெல்லிய தோசைகளாக வார்த்து எடுக்கவும். சுடச் சுட பரிமாறவும்.

குறிப்பு :

விருப்பப்பட்டால் சிறிதளவு தேங்காய் துருவலை அரைக்கும் போது சேர்த்து அரைத்து தோசை வார்க்கலாம். இன்னும் சுவையாக இருக்கும்.

8. சாமை தக்காளி தோசை

தேவையான பொருள்கள்:

சாமை அரிசி - 1 கப்

தக்காளி - 4

மிளகாய் பொடி - 1/2 ஸ்பூன்

சீரகப் பொடி - 1/2 ஸ்பூன்

கொத்தமல்லி - சிறிதளவு

உப்பு - தேவைக்கேற்ப

எண்ணெய் - தேவையான அளவு

தாளிக்க:

எண்ணெய் - தேவையான அளவு

கடுகு - 1/4 ஸ்பூன்

உளுத்தம் பருப்பு - 1/2 ஸ்பூன்

சீரகம் - 1/4 ஸ்பூன்

கருவேப்பிலை - சிறிதளவு

செய்முறை:

❖ சாமை அரிசியை மூன்றுமணி நேரம் நன்றாக ஊறவைக்கவும்.

❖ ஊறிய அரிசியுடன் சற்று பெரியதாக நறுக்கிய தக்காளியைச் சேர்த்து நைஸாக அரைக்கவும்.

❖ அரைத்த மாவுடன் தேவையான அளவு உப்பு, மிளகாய்த்தூள், சீரகத்தூள், சேர்த்து நன்றாகக் கலக்கவும்.

❖ பின் தாளிக்கக் கொடுத்துள்ள பொருள்களை சிறிது எண்ணெய் விட்டு தாளித்து மாவில் கலக்கவும்.

❖ பொடியாக நறுக்கிய கொத்தமல்லியைச் சேர்க்கவும்.

❖ மெல்லிய தோசைகளாக வார்க்கவும்.

9. சாமை ஊத்தப்பம்

தேவையான பொருள்கள்:

சாமை அரிசி - 2 கப்

இட்லி அரிசி - 2 கப்

உளுந்து - 1 கப்

வெந்தயம் - 1 ஸ்பூன்

வெங்காயம் - 2

கேரட் - 1

குடைமிளகாய் - 1

* சாமை அரிசி, இட்லி அரிசி, உளுந்து மற்றும் வெந்தயம் அனைத்தையும் ஒன்றாகப் போட்டு 4 மணி நேரம் ஊறவைக்கவும்.

* பின் ஊற வைத்த பொருள்களுடன் தேவையான அளவு உப்பு சேர்த்து அரைக்கவும்.

* அரைத்த மாவை 7-8 மணி நேரம் புளிக்கவிடவும்.

* பிறகு வெங்காயத்தையும் குடைமிளகாயையும் பொடியாக நறுக்கி வைக்கவும். காரட்டை தோல் சீவி துருவி வைக்கவும்.

* எல்லாம் தயாரானதும் தோசைக்கல்லில் மாவை சற்று கனமான ஊற்றி தோசையாக விடவும்.

* மேலே வெங்காயம், துருவிய காரட் மற்றும் குடைமிளகாய் தூவி திருப்பி போட்டு சிவக்க எடுத்தால் ஊத்தப்பம் தயார்.

10. சாமை இடியாப்பம்

தேவையான பொருள்கள்:

சாமை அரிசி - 1 கப்

உப்பு - தேவையான அளவு

நல்லெண்ணெய் - சிறிதளவு

தண்ணீர் - 2 கப்

செய்முறை:

* அரிசியை அரைமணி நேரம் ஊறவைக்கவும்.

* பின் தண்ணீரை வடிகட்டி உலர விடவும்.

* பிறகு உலர்ந்த அரிசியை மாவாக அரைக்கவும்.

* அரைத்த மாவை நன்றாக சலிக்கவும்.

* அடுத்ததாக அடுப்பில் ஒரு பாத்திரத்தில் தண்ணீர் வைத்து உப்பு சேர்த்து கூடவே கொஞ்சம் எண்ணெய் விட்டுக் கொதிக்கவிடவும்.

* கொதிக்கும் தண்ணீரில் சிறிது சிறிதாக மாவை சேர்த்து கெட்டி யில்லாமல் கிளறவும்.

* கையில் எண்ணெய் தடவி மாவைப் பிசைந்து இடியாப்பம் குழலில் மாவை வைத்து பிழியவும்.

* 10 நிமிடங்கள் இட்லிப் பானையில் ஆவியில் வைத்து எடுத்தால் இடியாப்பம் தயார்.

11. சாமை எலுமிச்சை சேவை

தேவையான பொருள்கள்:

சாமை அரிசி - 1 கப்

உப்பு - தேவையான அளவு

எலுமிச்சை ஜூஸ் - 2 ஸ்பூன்

தாளிக்க:

எண்ணெய் - தேவையான அளவு

கடுகு - 1/4 ஸ்பூன்

உடைத்த உளுந்து - 1/4 ஸ்பூன்

கடலை பருப்பு - 1/4 ஸ்பூன்

மஞ்சள்பொடி - தேவையான அளவு

உப்பு - தேவையான அளவு

பெருங்காயம் - சிறிதளவு

கருவேப்பிலை - சிறிதளவு

அரைக்க

இஞ்சி - ஒரு துண்டு

பச்சை மிளகாய் - 1 அல்லது 2

செய்முறை:

❖ அரிசியை அரைமணி நேரம் ஊறவைக்கவும்.

❖ பின்ஊறிய அரிசியை அதிகம் தண்ணீர் விடாமல் கெட்டியாகவும், நைசாகவும் தேவையான அளவு உப்பு சேர்த்து அரைத்துக் கொள்ளவும்.

❖ பின் இட்லி தட்டுகளில் இட்லி வார்ப்பதுபோல மாவை ஊற்றி இட்லிகளாக வேக வைத்து எடுத்துக்கொள்ளவும்.

❖ பின் இட்லிகளை சேவை நாழியில் ஒன்றன் பின் ஒன்றாகப் போட்டு அச்சில் போட்டு அழுத்தி சேவையாகப் பிழிந்து எடுத்துக் கொள்ளவும். இப்போது சேவை ரெடி.

❖ அடுத்ததாக அடுப்பில் வாணலி வைத்து எண்ணெய் ஊற்றிக் காய்ந்ததும் தாளிக்கக் கொடுத்துள்ள பொருள்களைப் போட்டுத் தாளித்து, இஞ்சி பச்சை மிளகாய் விழுதைச் சேர்த்துப் பிரட்டவும். பின் எலுமிச்சை சாறு சேர்த்துக் கிளறி இறக்கவும்.

❖ பின் இறக்கி வைத்த வாணலியில் தயாரித்து வைத்துள்ள சேவையைக் கொட்டிக் கிளறவும். நன்றாகக் கலக்கவும். எலுமிச்சை சேவை தயார்.

12. சாமை வெங்காய சேவை

தேவையான பொருள்கள்:

சாமை அரிசி - 1 கப்

உப்பு - தேவையான அளவு

தாளிக்க:

வெங்காயம் - 3

கடுகு - 1/4 ஸ்பூன்

உடைத்த உளுந்து - 1/4 ஸ்பூன்

கடலை பருப்பு - 1/4 ஸ்பூன்

சீரகம் - 1/4 ஸ்பூன்

பச்சை மிளகாய் - 2

மஞ்சள்பொடி - 1/4 டி ஸ்பூன்

உப்பு - தேவையான அளவு

பெருங்காயம் - சிறிதளவு

கருவேப்பிலை - சிறிதளவு

எண்ணெய் - தேவையான அளவு

செய்முறை:

- ❖ சாமை அரிசியை அரைமணி நேரம் ஊறவைக்கவும்.

- ❖ பின் ஊறிய அரிசியை அதிகம் தண்ணீர் விடாமல் கெட்டியாகவும், நைசாகவும் தேவையான அளவு உப்பு சேர்த்து அரைத்துக் கொள்ளவும்.

- ❖ பின் இட்லி தட்டுகளில் இட்லி வார்ப்பதுபோல மாவை ஊற்றி இட்லிகளாக வேக வைத்து எடுத்துக்கொள்ளவும்.

- ❖ பின் இட்லிகளை சேவை நாழியில் ஒன்றன் பின் ஒன்றாகப் போட்டு அச்சில் போட்டு அழுத்தி சேவையாகப் பிழிந்து எடுத்துக் கொள்ளவும். இப்போது சேவை ரெடி.

- ❖ அடுத்ததாக அடுப்பில் வாணலி வைத்து எண்ணெய் ஊற்றிக் காய்ந்ததும் தாளிக்க் கொடுத்துள்ள பொருள்களைப் போட்டுத் தாளிக்கவும். வெங்காயம் மற்றும் பச்சைமிளகாயை சேர்த்து வதக்கவும்.

- ❖ எல்லாம் நன்கு வதங்கியதும் அதை தயாரித்து வைத்துள்ள சேவையில் போட்டு நன்றாகக் கலக்கவும். பச்சை கொத்தமல்லியை சேர்த்துக் கலந்து பரிமாறவும்.

குறிப்பு :

இதில் வெங்காயம் நன்றாக வதங்கக் கூடாது. கொஞ்சம் வதங்கியதும் சேவையில் சேர்த்து சாப்பிட்டால் நன்றாக இருக்கும்.

13. சாமை பொங்கல்

தேவையான பொருள்கள்:

சாமை அரிசி - 1 கப்

பாசிப் பருப்பு - 1/4 கப்

தாளிக்க:

மிளகு - 1/2 ஸ்பூன்

சீரகம் - 1/2 ஸ்பூன்

இஞ்சி - 1 சிறிய துண்டு (பொடியாக நறுக்கியது)

கருவேப்பிலை - சிறிதளவு

எண்ணெய் - தேவையான அளவு

நெய் - 2 டேபிள் ஸ்பூன்

செய்முறை:

❖ சாமை அரிசியை 10 நிமிடங்கள் ஊறவைக்கவும்.

❖ பாசிப்பருப்பை லேசாக வறுக்கவும்.

❖ பின் அரிசியையும் பருப்பையும் ஒன்றாகச் சேர்த்து 4 கப் தண்ணீர் விட்டு குக்கரில் ஒரு பாத்திரத்தில் வைத்து 4 விசில் வரும் வரை விடவும்.

❖ ஆவி போனதும் மூடி திறந்து நன்கு வெந்துள்ள அரிசி பருப்பு கலவையில் உப்பு சேர்த்துக் கிளறவும்.

❖ அடுத்து அடுப்பில் தாளிப்பு கரண்டி வைத்து எண்ணெய் ஊற்றிக் காய்ந்ததும் தாளிக்க கொடுத்துள்ள பொருள்களைத் தாளித்துக் கொட்டினால் சுவையான சாமை பொங்கல் ரெடி.

❖ பொங்கலின் மேல் நெய் சேர்த்து நன்றாகக் கலந்து சூடாகப் பரிமாறவும்.

14. சாமை குழிப் பணியாரம்

தேவையான பொருள்கள்

சாமை அரிசி - 2 கப்

உளுந்து - 1/2 கப்

வெந்தயம் - 1 ஸ்பூன்

உப்பு - தேவையான அளவு

தேங்காய் துருவல் - 4 டேபிள் ஸ்பூன் -

வெங்காயம் - 2

இஞ்சி - 1 துண்டு

பச்சை மிளகாய் - 2

தாளிக்க

கடுகு - 1/4 ஸ்பூன்

உடைத்த உளுந்து - 1/4 ஸ்பூன்

கடலை பருப்பு - 1/4 ஸ்பூன்

பெருங்காயம் - சிறிதளவு

கருவேப்பிலை - சிறிதளவு

கொத்தமல்லி - சிறிதளவு

எண்ணெய் - தேவையான அளவு

செய்முறை:

❖ சாமை அரிசியையும் உளுந்து மற்றும் வெந்தயத்தையும் தேவையான அளவு உப்பு சேர்த்து இட்லிமாவு போல அரைத்துக் கொள்ளவும்.

❖ பின் மாவுடன் தேங்காய் துருவல் சேர்த்துக் கிளறவும்.

❖ வெங்காயம், இஞ்சி, பச்சை மிளகாயைப் பொடியாக நறுக்கி வைத்துக்கொள்ளவும்.

❖ அடுத்ததாக அடுப்பில் வாணலி வைத்து எண்ணெய் ஊற்றிக் காய்ந்ததும் தாளிக்கக் கொடுத்துள்ள பொருள்களை தாளித்து, வெங்காயம், பச்சை மிளகாய், இஞ்சி சேர்த்து கூடவே சிறிதளவு உப்பும் சேர்த்து வதக்கி அதையும் மாவில் சேர்த்துக் கலக்கவும்.

❖ கடைசியாக குழிப் பணியாரக் கல்லில் எண்ணெய் விட்டு மாவு ஊற்றி மிதமான தீயில் சிவக்க சுட்டு எடுக்கவும்.

❖ ருசியான சாமை குழிப் பணியாரம் தயார்.

15. சாமை அரிசி உப்புமா

தேவையான பொருள்கள்

சாமை அரிசி - 1 கப்

வெங்காயம் - 2

இஞ்சி - 1 துண்டு

தாளிக்க:

கடுகு - 1/4 ஸ்பூன்

உடைத்த உளுந்து - 1/4 ஸ்பூன்

கடலை பருப்பு - 1/4 ஸ்பூன்

பெருங்காயம் - சிறிதளவு

மிளகாய் வற்றல் - 2

கருவேப்பிலை - சிறிதளவு

எண்ணெய் - தேவையான அளவு

செய்முறை:

❖ சாமை அரிசியை நன்றாகக் கழுவி 15 நிமிடங்கள் ஊறவைக்கவும்.

❖ வெங்காயம், இஞ்சியைப் பொடியாக நறுக்கி வைக்கவும்.

❖ பின் அடுப்பில் ஒரு கனமான வாணலியை வைத்து எண்ணெய் ஊற்றிக் காய்ந்ததும் தாளிக்கக் கொடுத்துள்ள பொருள்களைத் தாளித்து வெங்காயம், இஞ்சி சேர்த்து வதக்கவும்.

❖ எல்லாம் நன்றாக வதங்கியதும் 2 கப் தண்ணீர் ஊற்றிக் கொதிக்க விடவும்.

❖ தண்ணீர் கொதித்ததும் தேவையான அளவு உப்பு சேர்த்து அரிசியைம் சேர்த்து உருண்டை கட்டாமல் கிளறி அடுப்பை சிம்மில் வைத்து வேகவிடவும்.

❖ வாணலியை மூடி 10 நிமிடங்கள் கழித்து இறக்கவும்.

❖ சாமை அரிசி உப்புமா ரெடி. சுடச் சுட பரிமாறவும்.

16. சாமை அரிசி, துவரம் பருப்பு உப்புமா

தேவையான பொருள்கள்:

சாமை அரிசி - 1 கப்

துவரம் பருப்பு - 4 ஸ்பூன்

மிளகு - 1/2 ஸ்பூன்

சீரகம் - 1/2 ஸ்பூன்

உப்பு - தேவையான அளவு

தேங்காய் துருவல் - 4 ஸ்பூன்

தாளிக்க

கடுகு - 1/4 ஸ்பூன்

உடைத்த உளுந்து - 1/4 ஸ்பூன்

கடலை பருப்பு - 1/4 ஸ்பூன்

பெருங்காயம் - சிறிதளவு

மிளகாய் வற்றல்- 2

கருவேப்பிலை - சிறிதளவு

செய்முறை:

❖ சாமைஅரிசியை மிக்ஸியில் ஒரு திருப்பு திருப்பி ரவையாக உடைத்துக் கொள்ளவும்.

❖ துவரம் பருப்பு, மிளகு, சீரகம் மூன்றையும் மிக்ஸியில் கொரகொர வென சுற்றி எடுக்கவும்.

❖ பின் அடுப்பில் ஒரு கனமான வாணலியை வைத்து எண்ணெய் ஊற்றிக் காய்ந்ததும் தாளிக்கக் கொடுத்துள்ள பொருள்களைத் தாளித்து பின் 2 கப் தண்ணீர் சேர்த்துக் கொதிக்க விடவும்.

❖ தண்ணீர் நன்றாகக் கொதிக்கும்போது தேங்காய் துருவல், அரிசி ரவை மற்றும் பருப்புக் கலவையைச் சேர்க்கவும்.

❖ தேவையான அளவு உப்பு சேர்த்து மூடி வைக்கவும்.

❖ 10 நிமிடங்களில் சுவையான சாமை அரிசி துவரம் பருப்பு உப்புமா தயார்.

17. சாமை பிடிகொழுக்கட்டை

தேவையான பொருள்கள்:

சாமை அரிசி - 1 கப்

தேங்காய் துருவல் - 1/2 கப்

தாளிக்க:

கடுகு - 1/4 ஸ்பூன்

உடைத்த உளுந்து - 1/4 ஸ்பூன்

கடலை பருப்பு - 1/4 ஸ்பூன்

பெருங்காயம் - சிறிதளவு

மிளகாய் வற்றல்- 2

கருவேப்பிலை - சிறிதளவு

செய்முறை:

❖ சாமை அரிசியை நன்றாகக் கழுவி அலம்பி 15 நிமிடங்கள் ஊறவைக்கவும்.

* ஊறிய அரிசியுடன் தேங்காய்துருவல் சேர்த்து சற்றுக் கொரகொரவென அரைக்கவும்.

* பின் அடுப்பில் ஒரு கனமான வாணலியை வைத்து எண்ணெய் ஊற்றிக் காய்ந்ததும் தாளிக்கக் கொடுத்துள்ள பொருள்களை போட்டுத் தாளித்து அரைத்து வைத்துள்ள அரிசி, தேங்காய் துருவல் மாவைச் சேர்த்துக் கிளறவும்.

* இந்த மாவுக் கலவை சற்றுக் கெட்டியாகி முக்கால் பதம் வெந்ததும் அடுப்பிலிருந்து இறக்கி ஆற விடவும்.

* ஆறியதும் சின்னச் சின்னக் கொழுக்கட்டை போல உருட்டி ஒரு தட்டில் வைத்து 10 நிமிடங்கள் ஆவியில் வேகவிட்டு இறக்கினால் சுவையான சாமை அரிசி கொழுக்கட்டை தயார்.

18. சாமை மோர்களி

தேவையான பொருள்கள்:

சாமை அரிசி - 2 கப்

தயிர் - 1 கப்

உப்பு - தேவையான அளவு

தாளிக்க:

கடுகு - 1/4 ஸ்பூன்

உடைத்த உளுந்து - 1/4 ஸ்பூன்

கடலை பருப்பு - 1/4 ஸ்பூன்

பெருங்காயம் - சிறிதளவு

மிளகாய் வற்றல்- 2

கருவேப்பிலை - சிறிதளவு

எண்ணெய் - 1 குழிக்கரண்டி

செய்முறை:

* சாமை அரிசியை மாவாக அரைக்கவும்.

* அரிசி மாவுடன் தயிர் சேர்த்து இட்லி மாவு பதத்திற்குக் கரைத்துக் கொள்ளவும்.

* தேவைக்கேற்ப தண்ணீர் சேர்த்து கரைக்கவும். இத்துடன் தேவையான அளவுஉப்பு சேர்த்துக் கொள்ளவும்.

* பின் அடுப்பில் ஒரு கனமான வாணலியை வைத்து எண்ணெய் ஊற்றிக் காய்ந்ததும் தாளிக்கக் கொடுத்துள்ள பொருள்களை போட்டுத் தாளித்து கரைத்து வைத்துள்ள மாவைச் சேர்த்து விடாமல் கிளறவும்.

❖ 10 நிமிடம் கழித்து மாவு நன்றாக வெந்ததும் இறக்கினால் சாமை மோர்களி தயார்.

குறிப்பு :

தயிர் சற்று புளிப்பாக இருந்தால் சுவையாக இருக்கும்.

19. சாமை உசிலி

தேவையான பொருள்கள்:

சாமை அரிசி - 1 கப்

பாசிப் பருப்பு - 1/4 கப்

தேங்காய் துருவல் - 2 ஸ்பூன்

தாளிக்க:

கடுகு - 1/4 ஸ்பூன்

உடைத்த உளுந்து - 1/4 ஸ்பூன்

கடலை பருப்பு - 1/4 ஸ்பூன்

பெருங்காயம் - சிறிதளவு

மிளகாய் வற்றல்- 2

கருவேப்பிலை - சிறிதளவு

எண்ணெய் - 4 ஸ்பூன்

செய்முறை:

❖ அடுப்பில் வாணலி வைத்து சூடானதும் வெறும் வாணலியில் சாமை அரிசியை சிறிது நேரம் வறுத்து எடுத்துக்கொள்ளவும்.

❖ அடுத்து பாசிப்பருப்பை வாசனை வரும்வரை வறுத்து தனியாக வைக்கவும்.

❖ பின் அதே வாணலியை அடுப்பில் வைத்து எண்ணெய் விட்டுக் காய்ந்ததும் தாளிக்கக் கொடுத்துள்ள பொருள்களைப் போட்டுத் தாளித்து 2 கப் தண்ணீர் விட்டு கொதிக்கவிடவும்.

❖ தண்ணீர் நன்கு கொதித்ததும் உப்பு சேர்த்து வறுத்து வைத்துள்ள அரிசியையும் பருப்பையும் சேர்க்கவும்.

❖ தேங்காய் துருவல் சேர்க்கவும்.

❖ பிறகு வாணலியை மூடி போட்டு மூடி, 10 நிமிடம் வேகவைத்து இறக்கினால் சாமை உசிலி தயார்.

தேவையான பொருள்கள்:

சாமை அரிசி - 1 கப்

கடலை பருப்பு - 3/4 கப்

துவரம் பருப்பு - 1/4 கப்

முழு உளுந்து - 2 ஸ்பூன்

பாசிப் பருப்பு - 2 ஸ்பூன்

மிளகாய் வற்றல் - 6

பெரிய வெங்காயம் - 2

பச்சை மிளகாய் - 2

இஞ்சி - 1 சிறிய துண்டு

கருவேப்பிலை - சிறிதளவு

கொத்தமல்லி - 1 கைப்பிடி

மஞ்சள் தூள் - 1/4 ஸ்பூன்

செய்முறை:

❖ அரிசியை தனியாக ஊறவைக்கவும்.

❖ கடலை பருப்பு, பாசிப் பருப்பு, துவரம் பருப்பு, உளுந்து அனைத்தையும் ஒன்றாகக் கலந்து 2 முதல் 3 மணி நேரம் வரை ஊறவைக்கவும்.

❖ பிறகு நன்றாக ஊறிய பருப்பு கலவையுடன் மிளகாய் வற்றல், உப்பு மற்றும் இஞ்சி சேர்த்து அரைக்கவும். பருப்பு சற்று அரைபட்டதும் அரிசியும் சேர்த்து நன்றாக அரைக்கவும்.

❖ வெங்காயத்தையும் பச்சைமிளகாயையும் பொடியாக நறுக்கிக் கொள்ளவும்.

❖ பின் அடுப்பில் ஒரு கனமான வாணலியை வைத்து எண்ணெய் ஊற்றிக் காய்ந்ததும் வெங்காயம் பச்சைமிளகாயை வதக்கி மாவில் சேர்க்கவும்.

❖ மஞ்சள் தூள் சேர்க்கவும்.

❖ பொடியாக நறுக்கிய கொத்தமல்லி மற்றும் கருவேப்பிலை சேர்க்கவும்.

❖ மாவை நன்கு கலக்கி, அடுப்பில் தோசைக்கல்லை வைத்துச் சூடானதும் மெல்லிய அடைகளாக வார்த்து எடுத்து சுடச் சுடப் பரிமாறவும். அட்டகாசமான சாமை அடை தயார்.

தினை

21. தினை இட்லி

தேவையான பொருள்கள்:

திணை அரிசி - 2 கப்

இட்லி அரிசி - 1 கப்

உளுந்து - 3/4 கப்

வெந்தயம் - 1 ஸ்பூன்

செய்முறை:

❖ திணைஅரிசியை மூன்று முறை அலம்பிக் கொள்ளவும். திணை அரிசியையும் இட்லி அரிசியையும் ஒன்றாக 4-5 மணி நேரம் ஊறவைக்கவும்.

❖ உளுந்தையும் வெந்தயத்தையும் ஒன்றாக ஊறவைக்கவும்.

❖ பிறகு அரிசியை சற்றுக் கொரகொரப்பாக அரைக்கவேண்டும்.

❖ உளுந்தையும் வெந்தயத்தையும் கொஞ்சம் கொஞ்சமாகத் தண்ணீர் சேர்த்து புசுபுசுவென்று வருமாறு பொங்கப் பொங்க அரைக்கவும்.

❖ அடுத்து அரைத்த அரிசி மாவையும் உளுந்து மாவையும் உப்பு சேர்த்து ஒன்றாகக் கரைக்கவும்.

❖ 7-8மணி நேரம் புளிக்க விடவும். அல்லது இரவு படுக்கும் முன்கரைத்து வைத்தால் காலையில் நன்றாகப் புளித்து மாவு பொங்கி இருக்கும்.

❖ பின் அடுப்பில் இட்லி பானை வைத்து இட்லி தட்டில் மாவு விட்டு 15 நிமிடங்கள் அடுப்பில் வைத்து இறக்கினால் தினை இட்லி தயார்.

22. திணை சில்லி இட்லி

தேவையான பொருள்கள்:

திணை இட்லி - 3

பெரிய வெங்காயம் - 2

குடைமிளகாய் - 1

பச்சை மிளகாய் - 1

இஞ்சி - 1 துண்டு

பூண்டு - 5 பல்

சிகப்பு மிளகாய்த் தூள் - 1 ஸ்பூன்

மிளகுத் தூள் - 1/4 ஸ்பூன்

சோயா சாஸ் - கால் ஸ்பூன்

ரெட் சில்லி சாஸ் - கால் ஸ்பூன்

தக்காளி சாஸ் - கால் ஸ்பூன்

உப்பு - தேவையான அளவு

எண்ணெய் - பொறிப்பதற்குத் தேவையான அளவு

செய்முறை:

❖ தினை இட்லியை சின்னச் சின்னத் துண்டுகளாக நறுக்கிக் கொள்ளவும்.

❖ வெங்காயம், பச்சை மிளகாய், குடை மிளகாய், இஞ்சி, பூண்டை பொடியாக நறுக்கி வைக்கவும்.

❖ பிறகு அடுப்பில் வாணலி வைத்து எண்ணெய் ஊற்றிக் காய்ந்ததும் நறுக்கிய இட்லி துண்டுகளைப் போட்டு பொன்னிறமாக பொறித்து எடுத்து வைக்கவும்.

❖ அடுத்து மீண்டும் அடுப்பில் வாணலி வைத்து சிறிது எண்ணெயை விட்டுச் சூடானதும் வெங்காயம், பச்சை மிளகாய், இஞ்சி, பூண்டு சேர்த்து வதக்கவும். பின் அதனுடன் குடைமிளகாயும் மிளகாய்த்தூளும் சேர்த்து வதக்கவும்.

❖ சாஸ் வகைகளை ஒன்றன்பின் ஒன்றாகச் சேர்த்துக் கிளறவும்.

❖ கடைசியாக பொறித்த இட்லி துண்டுகளைப் போட்டு எல்லாவற்றையும் நன்றாக பிரட்டவும்.

❖ சூடாகப் பரிமாறவும்.

23. தினை இட்லி உப்புமா

தேவையான பொருள்கள்:

தினை இட்லி - 3 அல்லது 4

பெரிய வெங்காயம் - 2

பச்சை மிளகாய் - 2

தாளிக்க:

கடுகு - 1/4 ஸ்பூன்

உடைத்த உளுந்து - 1/4 ஸ்பூன்

கடலை பருப்பு - 1/4 ஸ்பூன்

பெருங்காயம் - சிறிதளவு

மிளகாய் வற்றல் - 2

கருவேப்பிலை - சிறிதளவு

கொத்தமல்லி - சிறிதளவு

எண்ணெய் - 2 ஸ்பூன்

செய்முறை:

❖ தினை இட்லியை உதிர் உதிராக உதிர்த்துக் கொள்ளவும்.

❖ வெங்காயம், பச்சை மிளகாயை பொடியாக நறுக்கி வைக்கவும்.

❖ அடுத்து அடுப்பில் வாணலி வைத்து எண்ணெய் விட்டுக் காய்ந்ததும், தாளிக்கக் கொடுத்துள்ள பொருள்களைச் சேர்த்துத் தாளித்து, வெங்காயம், பச்சை மிளகாய் போட்டு வதக்கவும். நன்றாக வதங்கியதும், உதிர்த்த இட்லியை சேர்த்து நன்றாகப் பிரட்டவும்.

❖ தினை இட்லி உப்புமா ரெடி. விருப்பப்பட்டால் முந்திரி சேர்க்கலாம்.

24. தினை தோசை

தேவையான பொருள்கள்:

திணை அரிசி - 3 கப்

உளுந்து - 1 கப்

வெந்தயம் - 1 ஸ்பூன்

செய்முறை:

❖ திணை அரிசியை நன்கு கழுவி தனியாக ஊறவைக்கவும்.

❖ உளுந்தையும் வெந்தயத்தையும் ஒன்றாக ஊறவைக்கவும்.

❖ 2 மணி நேரத்துக்குப் பிறகு அரிசியை கொரகொரவென அரைக்கவும்.

❖ உளுந்தை கொஞ்சம் கொஞ்சமாக தண்ணீர் சேர்த்து புசுபுசுவென அரைக்கவும்.

❖ இரண்டு மாவையும் ஒன்றாக தேவையான அளவு உப்பு சேர்த்துக் கரைக்கவும். கரைத்த மாவை ஏழு மணி நேரம்வரை புளிக்க விடவும். அல்லது இரவு படுக்கும் முன் கரைத்து வைத்தால் காலையில் நன்றாகப் புளித்து மாவு பொங்கி இருக்கும்.

❖ அடுப்பில் தோசைக் கல்லை வைத்துச் சூடானதும் மெல்லிய தோசைகளாக வார்த்து எடுக்கவும். சூடாகப் பரிமாறவும்.

தேவையான பொருள்கள்:

தினை அரிசி - 2 கப்

இட்லிஅரிசி - 2 கப்

உளுந்து - 1 கப்

முள்முருங்கை - 1/4 கப்

வெந்தயம் - 1 ஸ்பூன்

செய்முறை:

❖ தினைஅரிசியை நன்றாக இரண்டு அல்லது மூன்று முறை அலம்பிக் கொள்ளவும். இட்லி அரிசியையும் கழுவி வைக்கவும்.

❖ பின், தினை அரிசியையும் இட்லி அரிசியையும் ஒன்றாக 4-5 மணி நேரம் ஊறவைக்கவும்.

❖ உளுந்தையும் வெந்தயத்தையும் ஒன்றாக ஊறவைக்கவும்.

❖ பிறகு அரிசியை சற்றுக் கொரகொரப்பாக அரைக்கவேண்டும்.

❖ உளுந்தையும் வெந்தயத்தையும் கொஞ்சம் கொஞ்சமாகத் தண்ணீர் சேர்த்து புசுபுசுவென்று வருமாறு பொங்கப் பொங்க அரைக்கவும்.

❖ அடுத்து அரைத்த அரிசி மாவையும் உளுந்து மாவையும் உப்பு சேர்த்து ஒன்றாகக் கரைக்கவும்.

❖ 7-8 மணி நேரம் புளிக்க விடவும். அல்லது இரவு படுக்கும் முன் கரைத்து வைத்தால் காலையில் நன்றாகப் புளித்து மாவு பொங்கி இருக்கும்.

❖ தோசை வார்ப்பதற்கு முன்னதாக முள்முருங்கையை அரைத்து வைத்துக் கொள்ளவும்.

❖ அரைத்த விழுதை மாவில் கலக்கவும்.

❖ அடுப்பில் தோசைக் கல்லை வைத்துச் சூடானதும் மாவை மெல்லிய தோசைகளாக வார்த்து எடுக்கவும். சூடாகப் பரிமாறவும்.

26. தினை மசாலா தோசை

தேவையான பொருள்கள்:

தினை அரிசி - 2 கப்

இட்லி அரிசி - 2 கப்

உளுந்து - 1 கப்

வெந்தயம் - 1 ஸ்பூன்

உருளைக் கிழங்கு - 2

வெங்காயம் - 2

பச்சை மிளகாய் - 2

எலுமிச்சை சாறு - 1 ஸ்பூன்

தாளிக்க:

கடுகு - 1/4 ஸ்பூன்

உடைத்த உளுந்து - 1/4 ஸ்பூன்

கடலை பருப்பு - 1/4 ஸ்பூன்

பெருங்காயம் - சிறிதளவு

கருவேப்பிலை - சிறிதளவு

கொத்தமல்லி - சிறிதளவு

இஞ்சி துருவல் - சிறிதளவு

செய்முறை:

❖ தினைஅரிசியை நன்றாக இரண்டு அல்லது மூன்று முறை அலம்பிக் கொள்ளவும். இட்லி அரிசியையும் கழுவி வைக்கவும்.

❖ பின், தினை அரிசியையும் இட்லி அரிசியையும் ஒன்றாகச் சேர்த்து 4-5 மணி நேரம் ஊறவைக்கவும்.

❖ உளுந்தையும் வெந்தயத்தையும் ஒன்றாக ஊறவைக்கவும்.

❖ பிறகு அரிசியை சற்றுக் கொரகொரப்பாக அரைக்கவேண்டும்.

❖ உளுந்தையும் வெந்தயத்தையும் கொஞ்சம் கொஞ்சமாகத் தண்ணீர் சேர்த்து புசுபுசுவென்று வருமாறு பொங்கப் பொங்க அரைக்கவும்.

❖ அடுத்து அரைத்த அரிசி மாவையும் உளுந்து மாவையும் உப்பு சேர்த்து ஒன்றாகக் கரைக்கவும்.

❖ 7-8 மணி நேரம் புளிக்க விடவும். அல்லது இரவு படுக்கும் முன் கரைத்து வைத்தால் காலையில் நன்றாகப் புளித்து மாவு பொங்கி இருக்கும்.

❖ தோசை வார்ப்பதற்கு முன்னதாக உருளைக்கிழங்கை வேகவைத்து தோலுரிக்கவும்.

❖ பிறகு அடுப்பில் வாணலி வைத்து எண்ணெய் ஊற்றிக் காய்ந்ததும் தாளிக்கக் கொடுத்துள்ள பொருள்களைப் போட்டுத் தாளித்து பின், வெங்காயம் பச்சை மிளகாய் சேர்த்து வதக்கவும்.

❖ வெங்காயம் வதங்கியதும் அதனுடன் மஞ்சள்பொடி உப்பு சேர்த்து 1/4 டம்ளர் தண்ணீர் சேர்த்து கொதிக்கவிடவும். கொதித்ததும் மசித்த உருளைக்கிழங்கை சேர்த்து கெட்டியானதும் எலுமிச்சைச் சாறு, நறுக்கிய கொத்தமல்லி சேர்த்து இறக்கவும்.

❖ அடுத்து அடுப்பில் தோசைக் கல்லை வைத்துச் சூடானதும் மாவை மெல்லிய தோசைகளாக வார்க்கவும்.

❖ சுற்றி எண்ணெய் விட்டு நடுவில் உருளைக்கிழங்கு வைத்து மடித்து எடுக்கவும்.

❖ சூடாகப் பரிமாறவும்.

27. திணை புதினா தோசை

தேவையான பொருள்கள்:

திணை அரிசி - 3 கப்

உளுந்து - 1 கப்

வெந்தயம் - 1 ஸ்பூன்

புதினா - 1 கட்டு

பச்சை மிளகாய் - 2

உப்பு - தேவையான அளவு

செய்முறை:

❖ திணை அரிசியை நன்கு கழுவி தனியாக ஊறவைக்கவும்.

❖ உளுந்தையும் வெந்தயத்தையும் ஒன்றாக ஊறவைக்கவும்.

❖ 2 மணி நேரத்துக்குப் பிறகு அரிசியை கொரகொரவென அரைக்கவும்.

❖ உளுந்தை கொஞ்சம் கொஞ்சமாக தண்ணீர் சேர்த்து புசுபுசுவென அரைக்கவும்.

❖ பின்னர் இரண்டு மாவையும் ஒன்றாக தேவையான அளவு உப்பு சேர்த்துக் கரைக்கவும்.

❖ கரைத்த மாவை ஏழு மணி நேரம்வரை புளிக்க விடவும். அல்லது இரவு படுக்கும் முன் கரைத்து வைத்தால் காலையில் நன்றாகப் புளித்து மாவு பொங்கி இருக்கும்.

❖ தோசை சுடுவதற்கு முன்பாக புதினாவை நன்றாக அலசி சிறுதளவு உப்பு, பச்சை மிளகாய் சேர்த்து அரைக்கவும்.

❖ அரைத்த விழுதை மாவில் கலக்கவும்.

❖ பின் அடுப்பில் தோசைக் கல்லை வைத்துச் சூடானதும் மெல்லிய தோசைகளாக வார்த்து எடுக்கவும்.

❖ ருசியான திணை புதினா தோசை தயார். சூடாகப் பரிமாறவும்.

28. திணை இடியாப்பம்

தேவையான பொருள்கள்:

திணை அரிசி - 1 கப்

பச்சரிசி மாவு - 1 கப்

உப்பு - தேவையான அளவு

நல்லெண்ணெய் - சிறிதளவு

தண்ணீர் - 2 கப்

செய்முறை:

- ❖ அரிசியை அரைமணி நேரம் ஊறவைக்கவும்.

- ❖ தண்ணீரை வடிகட்டி ஆறவிடவும்.

- ❖ திணை அரிசியை மாவாக அரைக்கவும்.

- ❖ மாவாக்கிய திணை அரிசியை நன்றாக சலித்துக்கொண்டு, இத்துடன் பச்சரிசி மாவை கலக்கவும்.

- ❖ பிறகு அடுப்பில் வாணலி வைத்து அதில் தண்ணீரை ஊற்றி, தேவையான அளவு உப்பு சேர்த்து கொஞ்சம் எண்ணெயும் விட்டு கொதிக்கவிடவும்.

- ❖ கொதிக்கும் தண்ணீரில் சிறிது சிறிதாக மாவைச் சேர்த்து கெட்டியில்லாமல் கிளறவும்.

- ❖ கையில் எண்ணெய் தடவி மாவை பிசைந்து இடியாப்பம் குழலில் மாவை வைத்துப் பிழியவும்.

- ❖ 10 நிமிடங்கள் இட்லிப் பானையில் ஆவியில் வைத்து எடுத்தால் இடியாப்பம் தயார்.

29. திணை தேங்காய் சேவை

தேவையான பொருள்கள்:

திணை அரிசி - 1 கப்

உப்பு - தேவையான அளவு

தேங்காய் துருவல் - 1/2 கப்

நெய் - 2 ஸ்பூன்

தாளிக்க:

எண்ணெய் - தேவையான அளவு

கடுகு - 1/4 ஸ்பூன்

முழு உளுந்து - 2 ஸ்பூன்

மிளகாய் வற்றல் - 2

உப்பு - தேவையான அளவு

பெருங்காயம் - சிட்டிகை அளவு

கருவேப்பிலை - சிறிதளவு

செய்முறை:

❖ தினை அரிசியை அரைமணி நேரம் ஊறவைக்கவும்.

❖ பின் ஊறிய அரிசியை அதிகம் தண்ணீர் விடாமல் கெட்டியாகவும், நைசாகவும் தேவையான அளவு உப்பு சேர்த்து அரைத்துக் கொள்ளவும்.

❖ பின் இட்லி தட்டுகளில் இட்லி வார்ப்பதுபோல மாவை ஊற்றி இட்லிகளாக வேக வைத்து எடுத்துக்கொள்ளவும்.

❖ பின் இட்லிகளை சேவை நாழியில் ஒன்றன் பின் ஒன்றாகப் போட்டு அச்சில் போட்டு அழுத்தி சேவையாகப் பிழிந்து எடுத்துக் கொள்ளவும். இப்போது தினை அரிசி சேவை ரெடி.

❖ அடுத்து உளுந்தை 10 நிமிடங்கள் தண்ணீரில் ஊறவைத்து வடிகட்டி வைக்கவும்.

❖ பின்னர் அடுப்பில் வாணலி வைத்து எண்ணெய் ஊற்றிக் காய்ந்ததும் தாளிக்கக் கொடுத்துள்ள பொருள்களை ஒவ்வொன்றாகச் சேர்த்து தாளிக்கவும். உளுந்தை நன்றாக வடிகட்டி அதையும் போட்டு தாளித்து வதக்கவும்.

❖ பிறகு துருவிய தேங்காயைச் சேர்த்து பொன்னிறமாகும் வரை வதக்கவும்.

❖ இவை அனைத்தையும் தயார் செய்து வைத்துள்ள சேவையில் போட்டு நன்றாகக் கலக்கவும். கூடவே மேலாக நெய் ஊற்றிக் கிளறவும். பச்சை கொத்தமல்லியை சேர்த்து நன்றாக கலந்து பரிமாறவும்.

குறிப்பு :

இதில் தேங்காயை நன்றாக வதக்கிச் சேர்த்தால் சுவையாக இருக்கும்.

30. தினை தக்காளி சேவை

தேவையான பொருள்கள்:

இடியாப்பம் - 5

வெங்காயம் - 1

தக்காளி - 2

பூண்டு - 4 பல்

மஞ்சள் தூள் - 1/4 ஸ்பூன்

மிளகாய் தூள் - 1 ஸ்பூன்

கரம் மசாலா தூள் - 1/2 ஸ்பூன்

உப்பு - தேவையான அளவு

நெய் - 2 ஸ்பூன்

தாளிக்க:

கடுகு - 1/4 ஸ்பூன்

சீரகம்/சோம்பு - 1/2 ஸ்பூன்

பெருங்காயம் - சிறிதளவு

கருவேப்பிலை - சிறிதளவு

எண்ணெய் - தேவையான அளவு

செய்முறை:

❖ முதலில் இடியாப்பத்தை உதிர்த்து வைத்துக் கொள்ளவும்.

❖ அடுத்து அடுப்பில் வாணலி வைத்து எண்ணெய் ஊற்றிக் காய்ந்ததும் தாளிக்கக் கொடுத்துள்ள பொருள்களை சேர்த்துத் தாளித்து பின் வெங்காயம், பூண்டு சேர்த்து வதக்கவும்.

❖ வெங்காயம் பூண்டு நன்கு வதங்கியதும் தக்காளியைச் சேர்த்து நன்றாக வதக்கவும்.

❖ அதனுடன் கூடவே தேவையான அளவு உப்பு, மிளகாய்த்தூள், கரம்மசாலாதூள் சேர்த்து வதக்கவும்.

❖ எல்லாம் நன்கு வதங்கி சுருண்டு தொக்கு பதம் வந்ததும் இறக்கவும்.

❖ உதிர்த்து வைத்துள்ள சேவையை அதனுடன் சேர்த்து 2 ஸ்பூன் நெய் மேலாக ஊற்றி லேசாக கலக்கவும். சுவையான தக்காளி சேவை ரெடி.

31. தினை வெஜிடபுள் சேவை

தேவையான பொருள்கள்:

இடியாப்பம் - 5

காரட் - 1

பீன்ஸ் - 4

பச்சை பட்டாணி - 2 ஸ்பூன்

குடைமிளகாய் - 1 பெரிய மிளகாய்

அரைக்க:

பெரிய வெங்காயம் - 1

இஞ்சி - 1 சிறிய துண்டு

பூண்டு - 3 பல்

பச்சை மிளகாய் - 2

சோம்பு - 1/4 ஸ்பூன்

முந்திரி - 5

கசகசா - 1/4 ஸ்பூன்

தேங்காய் துருவல் - 2 ஸ்பூன்

செய்முறை:

❖ இடியாப்பத்தை உதிர்த்து வைத்துக்கொள்ளவும்.

❖ காரட், பீன்ஸ் காய்கறிகளை பொடியாக நறுக்கிக்கொள்ளவும். குடை மிளகாயை துண்டுகளாக்கி வைக்கவும்.

❖ பின் ஒரு பாத்திரத்தில் தண்ணீர் விட்டுக் கொதிக்கவிடவும். கொதித்ததும் அதில் 1/2 ஸ்பூன் சர்க்கரையும் ஒரு துளி உப்பும் சேர்த்து காய்கறிகளைப் போட்டு இரண்டு நிமிடம் ஆனதும் அடுப்பிலிருந்து இறக்கி மூடி வைக்கவும். 10 நிமிடம் கழித்து தண்ணீரை வடிகட்டவும்.

❖ அரைக்க் கொடுத்துள்ள பொருள்களை விழுதாக அரைத்துக் கொள்ளவும்.

❖ பின்னர் அடுப்பில் ஒரு வாணலி வைத்து எண்ணெய் விட்டுக் காய்ந்ததும், அரைத்த விழுதை சேர்த்து நன்றாகப் பச்சை வாசனை போக வதக்கவும்.

❖ வதங்கியதும் வடிகட்டி வைத்திருக்கும் காய்கறிகளைச் சேர்த்து வதக்கி இறக்கவும்.

❖ கடைசியாக உதிர்த்த சேவையை சேர்க்கவும்.

❖ சுவையான தினை வெஜிடபுள் சேவை தயார்.

32. தினை பொங்கல்

தேவையான பொருள்கள்:

தினை அரிசி - 1 கப்

பாசிப் பருப்பு - 1/4 கப்

உப்பு - தேவையான அளவு

தாளிக்க:

மிளகு - 1/2 ஸ்பூன்

சீரகம் - 1/2 ஸ்பூன்

இஞ்சி - 1 சிறிய துண்டு

கருவேப்பிலை - சிறிதளவு

எண்ணெய் - தேவையான அளவு

நெய் - 2 டேபிள் ஸ்பூன்

செய்முறை:

❖ முதலில் தினை அரிசியை 10 நிமிடங்கள் ஊறவைக்கவும்

❖ அடுத்து பாசிப்பருப்பை லேசாக வறுக்கவும்.

❖ பின் அரிசியையும் பருப்பையும் ஒன்றாகச் சேர்த்து 4 கப் தண்ணீர் சேர்த்து குக்கரில் ஒரு பாத்திரத்தில் வைத்து 4விசில் வரும் வரை விடவும்.

❖ ஆவி போன பிறகு மூடி திறந்து பொங்கல் கலவையில் உப்பு சேர்க்கவும்.

❖ அடுத்ததாக அடுப்பில் வாணலி வைத்து எண்ணெய் ஊற்றிக் காய்ந்ததும் தாளிக்கக் கொடுத்துள்ள பொருள்களைப் போட்டு தாளித்து பொங்கல் கலவையில் சேர்க்கவும்.

❖ அதன் மேல் நெய் சேர்த்து நன்றாக கலந்து சூடாகப் பரிமாறவும்.

33. தினை உப்புமா

தேவையான பொருள்கள்:

தினை அரிசி - 2 கப்

வெங்காயம் - 2

இஞ்சி - 1 துண்டு

தாளிக்க:

எண்ணெய் - தேவையான அளவு

கடுகு - 1/4 ஸ்பூன்

உடைத்த உளுந்து - 1/4 ஸ்பூன்

கடலை பருப்பு - 1/4 ஸ்பூன்

பெருங்காயம் - சிறிதளவு

மிளகாய் வற்றல் - 2

கருவேப்பிலை - சிறிதளவு

செய்முறை:

❖ தினை அரிசியை நன்றாகக் கழுவி 15 நிமிடங்கள் ஊறவைக்கவும்.

❖ வெங்காயம் , இஞ்சியை பொடியாக நறுக்கி வைக்கவும்.

❖ அடுத்து ஒரு குக்கரில் எண்ணெய் விட்டுக் காய்ந்ததும் தாளிக்கக் கொடுத்துள்ள பொருள்களைப் போட்டுத் தாளித்து வெங்காயம் சேர்த்து நன்றாக வதங்கியதும் 2 கப் தண்ணீர் ஊற்றிக் கொதிக்க விடவும்.

❖ தண்ணீர் கொதித்ததும் அரிசியை சேர்த்து கூடவே தேவையான அளவு உப்பு போட்டு உருண்டை கட்டாமல் கலந்து அடுப்பை மிதமான தீயில் வைத்து 2 விசில் வந்ததும் 5 நிமிடம் சிம்மில் வைத்து இறக்கவும்.

❖ சூடான தினை அரிசி உப்புமா தயார்.

34. தினை புளி உப்புமா

தேவையான பொருள்கள்:

தினை அரிசி - 1 கப்

புளி - எலுமிச்சை அளவு

தாளிக்க:

எண்ணெய் - தேவையான அளவு

கடுகு - 1/4 ஸ்பூன்

உடைத்த உளுந்து - 1/4 ஸ்பூன்

கடலை பருப்பு - 1/4 ஸ்பூன்

பெருங்காயம் - சிறிதளவு

மிளகாய் வற்றல் - 2

கருவேப்பிலை - சிறிதளவு

வறுத்து அரைக்க:

கடலை பருப்பு - 1 ஸ்பூன்

மிளகாய் வற்றல் - 6

வெந்தயம் - 1/4 ஸ்பூன்

செய்முறை:

❖ தினை அரிசியை நன்றாக அலம்பி 15 நிமிடங்கள் ஊறவைக்கவும்.

❖ வறுக்கக் கொடுத்துள்ள பொருள்களை வெறும் வாணலியில் வறுத்துப் பொடிக்கவும்.

- ❖ புளியை தண்ணீரில் கரைத்து வைக்கவும்.

- ❖ பின் அடுப்பில் மீண்டும் வாணலியை வைத்து எண்ணெய் ஊற்றிக் காய்ந்ததும் தாளிக்க கொடுத்துள்ள பொருள்களைச் சேர்த்து தாளித்து அதனுடன் புளி கரைச்சலை ஊற்றவும். மேலும் தேவையான அளவு தண்ணீரும் உப்பும் சேர்த்து நன்றாகக் கொதிக்கவிடவும்.

- ❖ புளிக்கரைசல் கொதிக்கும்போதே ஊறவைத்த அரிசியையும், வறுத்து அரைத்து வைத்துள்ள பொடியையும் சேர்த்து மூடி வைக்கவும்.

- ❖ 10 நிமிடங்கள் கழித்து இறக்கினால் சுவையான திணை புளி உப்புமா தயார்.

35. திணை அடை

தேவையான பொருள்கள்:

சாமை அரிசி - 1 கப்

கடலை பருப்பு - 1/2 கப்

துவரம் பருப்பு - 1/2 கப்

உளுந்து - 1 ஸ்பூன்

மிளகாய் வற்றல் - 6

பெரிய வெங்காயம் - 2

பச்சை மிளகாய் - 2

இஞ்சி - 1 சிறிய துண்டு

கருவேப்பிலை - சிறிதளவு

கொத்தமல்லி - 1 கைப்பிடி

மஞ்சள் தூள் - 1/4 ஸ்பூன்

செய்முறை:

- ❖ திணை அரிசியைத் தனியாக ஊறவைக்கவும்.

- ❖ பருப்புகளை ஒன்றாகக் கலந்து 3 மணி நேரம் ஊறவைக்கவும்.

- ❖ பிறகு நன்றாக ஊறிய பருப்பு கலவையுடன் மிளகாய் வற்றல், உப்பு சேர்த்து அரைக்கவும். பருப்பு சற்று அரைபட்டதும் அரிசியும் சேர்த்து நன்றாக அரைக்கவும்.

- ❖ வெங்காயத்தையும் பச்சைமிளகாயையும் இஞ்சியையும் பொடியாக நறுக்கிக்கொள்ளவும்.

- ❖ அடுத்து அடுப்பில் வாணலி வைத்து சிறிதளவு எண்ணெய் விட்டுக் காய்ந்ததும் வெங்காயம், இஞ்சி, பச்சைமிளகாயை வதக்கி மாவில் சேர்க்கவும்.

* மஞ்சள் தூள் சேர்க்கவும்.

* பொடியாக நறுக்கிய கொத்தமல்லி மற்றும் கருவேப்பிலை சேர்க்கவும். நன்றாகக் கலக்கவும்.

* அடுப்பில் கனமான தோசைக்கல்லை வைத்துக் காய்ந்ததும் மெல்லிய அடைகளாக வார்த்து எடுத்து சுடச் சுடப் பரிமாறவும்.

36. தினை பிடிகொழுக்கட்டை

தேவையான பொருள்கள்:

தினை அரிசி - 1 கப்

தேங்காய் எண்ணெய் - 1ஸ்பூன்

தாளிக்க:

கடுகு - 1/4 ஸ்பூன்

உடைத்த உளுந்து - 1/4 ஸ்பூன்

கடலை பருப்பு - 1/4 ஸ்பூன்

பெருங்காயம் - சிறிதளவு

பச்சை மிளகாய் - 2

இஞ்சி - 1 துண்டு

சீரகம் - 1/4 ஸ்பூன்

கருவேப்பிலை - சிறிதளவு

செய்முறை:

* முதலில் தினை அரிசியை லேசாக தண் ணீர் தெளித்துப் பிசறி வைக்கவும்.

* பின் 10 நிமிடங்கள் கழித்து மிக்ஸியில் போட்டு ஒரு திருப்பு திருப்பி எடுத்து சலிக்கவும்.

* அடுத்து ஒரு அடிகனமான வாணலியை அடுப்பில் வைத்து சமையல் எண்ணெய் மற்றும் தேங்காய் எண்ணெய் ஊற்றிக் காய்ந்ததும் தாளிக்கக் கொடுத்துள்ள பொருள்களைப் போட்டுத் தாளித்து 2 கப் தண்ணீர் சேர்த்து கொதிக்கவிடவும்.

* தண்ணீர் நன்கு கொதித்ததும் சலித்து வைத்துள்ள அரிசியைச் சேர்த்து வேக விடவும். 5 நிமிடம் கழித்து இறக்கவும்.

* ஆறியதும் சின்ன சின்ன கொழுக்கட்டை போல உருட்டி இட்லித் தட்டில் வைத்து இட்லிப் பானையில் வைத்து மூடி 10 நிமிடங்கள் ஆவியில் வேகவிட்டு இறக்கினால் சுவையான தினை அரிசி கொழுக்கட்டை தயார்.

37. திணை புட்டு

தேவையான பொருள்கள்:

திணை அரிசி - 1 கப்

பொடித்த வெல்லம் - 1/4 கப்பிற்கு சிறிது குறைவு

உப்பு - தேவையான அளவு

தேங்காய் துருவல் - 2 ஸ்பூன்

செய்முறை:

- திணை அரிசியை வெறும் வாணலியில் நன்றாக வறுத்து ஆற வைக்கவும்.

- ஆறிய பிறகு எடுத்து நன்கு நைஸாக அரைக்கவும்.

- பிறகு சிறிதளவு தண்ணீரில் உப்பு சேர்த்து கரைத்து அந்த உப்புத் தண்ணீரை மாவில் லேசாகத் தெளித்துப் பிசிறவும்.

- மேலும் வெல்லம் மற்றும் தேங்காய் துருவல் சேர்த்து நன்றாகக் கலக்கவும்.

- எல்லாவற்றையும் நன்றாக கலந்த பிறகு ஒரு பாத்திரத்தில் வைத்து ஆவியில் வைத்து எடுத்தால் ருசியான திணை புட்டு தயார்.

<u>வரகு</u>

38. வரகு இட்லி

தேவையான பொருள்கள்:

வரகு அரிசி - 2கப்

உளுந்து - 1/2 கப்

அவல் - 1 கைப்பிடி

வெந்தயம் - 1 ஸ்பூன்

உப்பு - தேவையான அளவு

செய்முறை:

❖ முதலில் வரகரிசியை இரண்டு அல்லது மூன்று முறை நல்ல தண்ணீரில் நன்றாக அலம்பிக் கொள்ளவும்.

❖ பிறகு அந்த வரகு அரிசியை தனியாக 4-5 மணி நேரம் ஊறவைக்கவும்.

❖ அவலையும் தனியாக ஊறவைக்கவும்.

❖ உளுந்தையும் வெந்தயத்தையும் ஒன்றாக ஊறவைக்கவும்.

❖ 4 மணி நேரத்துக்குப் பிறகு அரிசியையும் அவலையும் சேர்த்து சற்று கொரகொரப்பாக அரைக்கவேண்டும். இல்லையென்றால் இட்லி மொழு மொழுவென்று இருக்கும்.

❖ உளுந்தையும் வெந்தயத்தையும் தண்ணீர் கொஞ்சம் கொஞ்சமாகச் சேர்த்து புசுபுசுவென்று வருமாறு அரைக்கவும்.

❖ பிறகு அரிசி மாவையும் உளுந்து மாவையும் ஒன்றாகச் சேர்த்து தேவையான அளவு உப்பு சேர்த்துக் கரைக்கவும்.

❖ 7-8 மணி நேரம் புளிக்க விடவும். அல்லது இரவு படுக்கும் முன் கரைத்து வைத்தால் காலை நன்றாக புளித்து மாவு பொங்கி இருக்கும்.

❖ இட்லி பாத்திரத்தில் அடியில் தண்ணீர் விட்டு இட்லி தட்டில் மாவு விட்டு 15 நிமிடங்கள் அடுப்பில் வைத்து இறக்கினால் வரகு இட்லி தயார்.

வரகு இட்லிக்குத் தேவையான பொருள்கள்:

வரகு அரிசி - 2கப்

உளுந்து - 1/2 கப்

அவல் - 1 கைப்பிடி

வெந்தயம் - 1 ஸ்பூன்

உப்பு - தேவையான அளவு

மஞ்சூரியன் செய்யத் தேவையான பொருள்கள்:

பச்சை மிளகாய் - 1

இஞ்சி - 1 துண்டு

பூண்டு - 5 பல்

குடைமிளகாய் - 1/4 கப்

சோயா சாஸ் - 1 ஸ்பூன்

ரெட் சில்லி சாஸ் - 2 ஸ்பூன்

தக்காளி சாஸ் - 2 ஸ்பூன்

உப்பு - தேவையான அளவு

எண்ணெய் - பொறிப்பதற்கு தேவையான அளவு

சோள மாவு - 4 ஸ்பூன்

கொத்தமல்லி - சிறிதளவு

இஞ்சி பூண்டு விழுது - 1 ஸ்பூன்

சிகப்பு மிளகாய்தூள் - 1 ஸ்பூன்

செய்முறை:

❖ முதலில் வரகரிசியை இரண்டு அல்லது மூன்று முறை நல்ல தண்ணீரில் நன்றாக அலம்பிக் கொள்ளவும்.

❖ பிறகு அந்த வரகு அரிசியை தனியாக 4-5 மணி நேரம் ஊறவைக்கவும்.

❖ அவலையும் தனியாக ஊறவைக்கவும்.

❖ உளுந்தையும் வெந்தயத்தையும் ஒன்றாக ஊறவைக்கவும்.

❖ 4 மணி நேரத்துக்குப் பிறகு அரிசியையும் அவலையும் சேர்த்து சற்று கொரகொரப்பாக அரைக்கவேண்டும். இல்லையென்றால் இட்லி மொழு மொழுவென்று இருக்கும்.

❖ உளுந்தையும் வெந்தயத்தையும் தண்ணீர் கொஞ்சம் கொஞ்சமாகச் சேர்த்து புசுபுசுவென்று வருமாறு அரைக்கவும்.

- ❖ பிறகு அரிசி மாவையும் உளுந்து மாவையும் ஒன்றாகச் சேர்த்து தேவையான அளவு உப்பு சேர்த்துக் கரைக்கவும்.

- ❖ 7-8மணி நேரம் புளிக்க விடவும். அல்லது இரவு படுக்கும் முன் கரைத்து வைத்தால் காலை நன்றாக புளித்து மாவு பொங்கி இருக்கும்.

- ❖ இட்லி பாத்திரத்தில் அடியில் தண்ணீர் விட்டு இட்லி தட்டில் மாவு விட்டு 15 நிமிடங்கள் அடுப்பில் வைத்து இறக்கினால் வரகு இட்லி தயார்.

- ❖ சுட்டெடுத்த வரகு இட்லியை சின்னச் சின்னத் துண்டுகளாக்கி 2 கப் அளவுக்கு எடுத்து வைக்கவும்.

- ❖ அடுத்தபடியாக குடை மிளகாய், பச்சை மிளகாய், இஞ்சி, பூண்டை பொடியாக நறுக்கி வைக்கவும்.

- ❖ பின் ஒரு அகலமான பாத்திரத்தில் மைதாமாவு, சோளமாவு, இஞ்சி, பூண்டு விழுது தேவையான அளவு உப்பு மற்றும் மிளகாய்த்தூள் சேர்த்து தேவையான அளவு தண்ணீர் சேர்த்துக் கரைத்துக் கொள்ளவும்.

- ❖ இட்லி துண்டுகளை கரைத்து வைத்துள்ள மாவில் போட்டு பிரட்டிக் கொள்ளவும்.

- ❖ பின்னர் அடுப்பில் வாணலியை வைத்து எண்ணெய் ஊற்றிக் காய வைத்து இட்லி துண்டுகளை அதில் போட்டு பொன்னிறமாகப் பொறித்து எடுத்து தனியே வைக்கவும்.

- ❖ பிறகு அதே வாணலியில் சிறிது எண்ணெயை விட்டு வெங்காயம், பச்சை மிளகாய், இஞ்சி, பூண்டு சேர்த்து வதக்கவும்.

- ❖ குடைமிளகாய் மற்றும் சாஸ் வகைகளை ஒன்றன்பின் ஒன்றாக சேர்க்கவும். அதனுடன் சோளமாவு சேர்க்கவும். லேசாக தண்ணீர் தெளித்து கெட்டியானதும் பொறித்து வைத்துள்ள இட்லியைப் போட்டு நன்றாகப் பிரட்டவும்.

- ❖ மேலாக நறுக்கிய கொத்தமல்லி இலைகளை அலங்கரிக்கவும். அருமையான வரகு இட்லி மஞ்சூரியன் ரெடி. சூடாகப் பரிமாறவும்.

40. வரகு தோசை

தேவையான பொருள்கள்:

வரகு அரிசி - 4 கப்

உளுந்து - 1 கப்

அவல் - 1/2 கப்

வெந்தயம் - 1 ஸ்பூன்

செய்முறை:

- வரகு அரிசியை 2 மணி நேரம் ஊறவைக்கவும்.
- உளுந்தையும் வெந்தயத்தையும் தனியாக ஊறவைக்கவும்.
- அவலை தனியாக அரைமணி நேரம் ஊறவைக்கவும்.
- பிறகு அரிசியையும் அவலையும் ஒன்றாகப் போட்டு சற்று கொரகொரவென அரைக்கவும்.
- உளுந்தையும் வெந்தயத்தையும் சேர்த்து புசுபுசுவென அரைக்கவும்.
- பின்னர் அரிசி மாவையும் உளுந்து மாவையும் ஒன்றாகக் கலந்து தேவையான அளவு உப்பு சேர்த்து கரைத்து வைக்கவும்.
- 8 மணி நேரம் புளிக்கவிடவும்.
- அடுப்பில் தோசைக்கல்லை வைத்துச் சூடானதும் மெல்லிய தோசைகளாக வார்க்கவும்.
- சூடாகப் பரிமாறவும்.

41. வரகு பனீர் தோசை

தேவையான பொருள்கள்:

வரகு தோசை மாவு - 2 கப்

பனீர் - 200 கிராம்

பெரிய வெங்காயம் - 2

பச்சை மிளகாய் - 2

இஞ்சி - 1 சிறிய துண்டு

கொத்தமல்லி - சிறிதளவு

உப்பு - தேவையான அளவு

எண்ணெய் - தேவையான அளவு

செய்முறை:

- வரகு தோசை மாவு தயார் செய்யும் விதம் முந்தின (40. வரகு தோசை) சமையல் குறிப்பில் கொடுக்கப்பட்டுள்ளது. அதன்படி தோசை மாவு தயார் செய்து கொள்ளவும்.
- பின்னர் பனீரை துருவி வைத்துக்கொள்ளவும்.
- ஒரு கடாயில் எண்ணெய் விட்டு வெங்காயம், இஞ்சி மற்றும் பச்சை மிளகாய் சேர்த்து வதக்கவும். பின்னர் துருவிய பனீரை சேர்த்து கூடவே தேவையான அளவு உப்பு சேர்த்து வதக்கவும்.

❖ அதனுடன் கொத்தமல்லித் தழையையும் சேர்த்து 2 முதல் 3 நிமிடங்கள் வதக்கி இறக்கவும். பனீர் கலவை ரெடி.

❖ அடுத்து அடுப்பில் தோசைக்கல்லை கல் காய்ந்ததும் 1 கரண்டி மாவு விட்டு தோசையை சற்றுக் கனமாக வார்க்கவும்.

❖ வெந்ததும் தோசையின் நடுவில் 2 ஸ்பூன் பனீர் கலவையை வைத்து தோசையை லேசாக சுருட்டி மறுபக்கமும் வேகவிட்டு எடுக்கவும்.

❖ ருசியான வரகு பனீர் தோசை ரெடி. சுடச் சுட பரிமாறவும்.

42. வரகு குடைமிளகாய் தோசை

தேவையான பொருள்கள்:

வரகு தோசை மாவு - 2 கப்

குடைமிளகாய் - 2

பெரிய வெங்காயம் - 2

தக்காளி - 3

பச்சை பட்டாணி - 1/4 கப்

இஞ்சி - 1 துண்டு

மஞ்சள்தூள் - 1/4 ஸ்பூன்

மிளகாய்த்தூள் - 2 ஸ்பூன்

உப்பு - தேவையான அளவு

எண்ணெய் - தேவையான அளவு

தாளிக்க:

கடுகு - 1/4 ஸ்பூன்

உடைத்த உளுந்து - 1/4 ஸ்பூன்

கடலை பருப்பு - 1/4 ஸ்பூன்

செய்முறை:

❖ வரகு தோசை மாவு தயார் செய்யும் விதம் முந்தின (40. வரகு தோசை) சமையல் குறிப்பில் கொடுக்கப்பட்டுள்ளது. அதன்படி தோசை மாவு தயார் செய்து கொள்ளவும்.

❖ பிறகு அடுப்பில் வாணலி வைத்து எண்ணெய் விட்டுக் காய்ந்ததும் தாளிக்கக் கொடுத்துள்ள பொருள்களை சேர்த்து தாளித்து வெங்காயம் மற்றும் இஞ்சி சேர்த்து வதக்கவும்.

❖ அடுத்து அதனுடன் குடைமிளகாய் மற்றும் பச்சை பட்டாணி சேர்த்து வதங்கியதும் தக்காளி சேர்த்து நன்றாக வதக்கவும்.

* தக்காளி நன்கு வதங்கியதும் மஞ்சள்தூள், உப்பு மற்றும் மிளகாய்த்தூள் சேர்த்து வதக்கவும். மிளகாய் தூள் பச்சை வாசனை போய் எண்ணெய் மேலாக திரண்டதும் இறக்கி விடவும்.

* அடுத்ததாக அடுப்பில் தோசைக்கல்லை வைத்துச் சூடானதும் 1 கரண்டி மாவு விட்டு சற்றுக் கனமாக வார்க்கவும்.

* தோசை இரண்டு பக்கமும் மாவு நன்றாக வெந்ததும் தோசையின் நடுவில் 2 ஸ்பூன் குடைமிளகாய் கலவையை வைத்து தோசையை லேசாக சுருட்டி எடுக்கவும்.

43. வரகு அடை

தேவையான பொருள்கள்:

வரகு அரிசி - 1 கப்

கடலை பருப்பு - 1/4 கப்

துவரம் பருப்பு - 1/4 கப்

உளுந்து - 2 ஸ்பூன்

பாசிப் பருப்பு - 2 ஸ்பூன்

அவல் - 2 ஸ்பூன்

மிளகாய் வற்றல்- 5

வெங்காயம் - 2

இஞ்சி - 1 சிறிய துண்டு

பெருங்காயம் - சிறிதளவு

கொத்தமல்லி - சிறிதளவு

கருவேப்பிலை - சிறிதளவு

உப்பு - தேவையான அளவு

செய்முறை:

* வரகு அரிசியை தனியாக ஊறவைக்கவும்

* கடலை பருப்பு, துவரம் பருப்பு, உளுந்து, பாசிப் பருப்பு முதலான பருப்புகளை ஒன்றாகக் கலந்து ஊறவைக்கவும்.

* அவலை தனியே ஊறவைக்கவும்.

* 1 மணி நேரத்துக்குப் பிறகு அரிசியையும் பருப்பையும் மிளகாய் வற்றல் மற்றும் உப்பு சேர்த்து அரைக்கவும்.

* மாவு அரைபட்டதும் எடுப்பதற்கு முன்னால் அவலையும் சேர்த்து ஒரு திருப்பு திருப்பி எடுக்கவும்.

- ❖ அடுத்ததாக அரைத்த மாவில் பொடியாக நறுக்கிய வெங்காயம், துருவிய இஞ்சி, பொடியாக நறுக்கிய கொத்தமல்லி மற்றும் கருவேப்பிலை சேர்த்து நன்றாகக் கலக்கவும்.

- ❖ பின் அடுப்பில் தோசைக்கல்லை வைத்துச் சூடானதும் மாவை விட்டு அடைகளாக சுட்டு எடுக்கவும். சுவையான வரகு அடை ரெடி.

44. வரகு இடியாப்பம்

தேவையான பொருள்கள்:

வரகு அரிசி - 1 கப்

உப்பு - தேவையான அளவு

நல்லெண்ணெய் - சிறிதளவு

தண்ணீர் - 2 கப்

செய்முறை:

- ❖ அரிசியை அரைமணி நேரம் ஊறவைக்கவும். தண்ணீரை வடிகட்டி உலர விடவும்.

- ❖ உலர்ந்த வரகு அரிசியை மாவாக அரைத்து நன்றாக சலிக்கவும்.

- ❖ பின் அடுப்பில் ஒரு பாத்திரத்தில் தண்ணீரை விட்டு உப்பு சேர்த்து மேலாக கொஞ்சம் எண்ணெய் விட்டுக் கொதிக்கவிடவும்.

- ❖ தண்ணீர் நன்கு கொதித்ததும் அதில் சிறிது சிறிதாக மாவைச் சேர்த்து கெட்டியில்லாமல் கிளறவும்.

- ❖ பிறகு கையில் எண்ணெய் தடவி மாவைப் பிசைந்து இடியாப்பம் குழலில் மாவை வைத்துப் பிழியவும்.

- ❖ பிழிந்த இடியாப்பத்தை 10 நிமிடங்கள் ஆவியில் வேக வைத்து எடுத்தால் வரகு இடியாப்பம் தயார்.

45. வரகு வெஜிடபுள் சேவை

தேவையான பொருள்கள்:

வரகு இடியாப்பம் - 5

காரட் - 1

பீன்ஸ் - 4

பச்சை பட்டாணி - 2 ஸ்பூன்

குடைமிளகாய் - 1

மிளகாய்த்தூள் - 1 ஸ்பூன்

அரைக்க:

வெங்காயம் - 1

இஞ்சி - 1 சிறிய துண்டு

பச்சை மிளகாய் - 1 அல்லது 2

முந்திரி - 5

தேங்காய் துருவல் - 2 ஸ்பூன்

தக்காளி - 1

பூண்டு - 3 பல்

சோம்பு - 1/4 ஸ்பூன்

கசகசா - 1/4 ஸ்பூன்

செய்முறை:

❖ முறைப்படி பார்த்தால் சேவை என்பது மாவை தயார் செய்து கொண்டு அந்த மாவை முதலில் இட்லி பானையில் வேக வைத்துக்கொண்டு பிறகு சேவை நாழியில் போட்டுப் பிழிவது. இடியாப்பம் என்பது மாவை இடியாப்பமாகப் பிழிந்து கொண்டு பின் அதை ஆவியில் வேக வைத்து எடுப்பது. பெரிய அளவில் வித்தியாசம் ஒன்றுமில்லை. அவசரத்துக்கு இடியாப்பத்தை உபயோகித்துக் கொள்ளலாம்.

❖ சரி, செய்முறையைப் பார்ப்போம். முதலில் வரகு இடியாப்பத்தை சேவையாக உதிர்த்து வைத்துக்கொள்ளவும்.

❖ அடுத்து காரட், பீன்ஸ், வெங்காயம், தக்காளி, பூண்டு, பச்சை மிளகாயை பொடியாக நறுக்கி வைக்கவும். குடை மிளகாயை சற்றுப் பெரிய துண்டுகளாக வெட்டிக் கொள்ளவும்.

❖ பின்னர் அடுப்பில் ஒரு பாத்திரம் வைத்து தண்ணீர் விட்டுக் கொதிக்கவிடவும். கொதித்ததும் அதில் 1/2 ஸ்பூன் சர்க்கரையும் ஒரு துளி உப்பும் சேர்த்து நறுக்கி வைத்துள்ள காரட், பீன்ஸ், குடை மிளகாய் முதலான காய்கறிகளைப் போட்டு இரண்டு நிமிடம் ஆனதும் அடுப்பிலிருந்து இறக்கி மூடி வைக்கவும். 10 நிமிடம் கழித்து தண்ணீரை வடிகட்டவும்.

❖ அடுத்ததாக அரைக்கக் கொடுத்துள்ள பொருள்களை வெங்காயம் முதல் தேங்காய் துருவல் வரை அனைத்தையும் மிக்சியில் போட்டு விழுதாக அரைத்துக்கொள்ளவும்.

❖ பிறகு அடுப்பில் வாணலி வைத்து எண்ணெய் ஊற்றிக் காய்ந்ததும் அரைத்த விழுதையும் மிளகாய்த்தூளையும் சேர்த்து நன்றாக பச்சை வாசனை போக வதக்கவும்.

❖ பச்சை வாசனை போக வதங்கியதும் வடிகட்டி வைத்திருக்கும் காய்கறிகளைச் சேர்த்து வதக்கி இறக்கவும்.

❖ இறக்கி வைத்த மசாலாவுடன் உதிர்த்து வைத்துள்ள சேவையைச் சேர்க்கவும்.

❖ சுவையான வரகு வெஜிடபுள் சேவை தயார்.

தேவையான பொருள்கள்:

வரகு இடியாப்பம் - 5

மாங்காய் துருவல் - 1/2 கப்

நெய் - 2 ஸ்பூன்

தாளிக்க:

எண்ணெய் - தேவையான அளவு

கடுகு - 1/4 ஸ்பூன்

உடைத்த உளுந்து - 1/4 ஸ்பூன்

கடலை பருப்பு - 1/4 ஸ்பூன்

பச்சை மிளகாய் - 1 அல்லது 2

உப்பு - தேவையான அளவு

பெருங்காயம் - சிறிதளவு

கருவேப்பிலை - சிறிதளவு

கொத்தமல்லி - சிறிதளவு

செய்முறை:

❖ வரகு இடியாப்பத்தை உதிர்த்துக் கொள்ளவும்.

❖ பின் அடுப்பில் வாணலி வைத்து எண்ணெய் ஊற்றிக் காய்ந்ததும் தாளிக்கக் கொடுத்துள்ள பொருள்களை ஒன்றொன்றாகப் போட்டுத் தாளிக்கவும்.

❖ பிறகு அதனுடன் துருவிய மாங்காயைச் சேர்த்து நன்றாக வதக்கவும்.

❖ மாங்காய் வதங்கியதும், உதிர்த்து வைத்துள்ள சேவையில் சேர்த்து நன்றாகக் கலக்கவும். கடைசியாக பச்சை கொத்தமல்லியைச் சேர்த்து நன்றாகக் கலந்து பரிமாறவும்.

47. வரகு பெசரட்

தேவையான பொருள்கள்:

வரகுஅரிசி - 1/2 கப்

பச்சைப் பயிறு - 1/2 கப்

வெந்தயம் - 1/4 ஸ்பூன்

பெரிய வெங்காயம் - 1

பச்சை மிளகாய் - 4

சீரகம் - 1 ஸ்பூன்

இஞ்சி - 1 துண்டு

உப்பு - தேவையான அளவு

எண்ணெய் - தேவையான அளவு

செய்முறை:

❖ முதலில் வரகு அரிசியையும் பச்சைப் பயிறையும் நன்றாக அலம்பவும். அதனுடன் வெந்தயம் சேர்த்து 4 மணி நேரம் வரை ஊறவைக்கவும்.

❖ பிறகு ஊறவைத்தவைகளுடன் பச்சை மிளகாய், இஞ்சி, சீரகம், கருவேப்பிலை மற்றும் உப்பு சேர்த்து தோசைமாவு பதத்துக்கு அரைத்து எடுக்கவும்.

❖ அடுத்து வெங்காயத்தை பொடியாக நறுக்கி வைக்கவும்.

❖ எல்லாம் தயார் செய்து கொண்டதும் அடுப்பில் தோசைக்கல்லை வைத்துச் சூடானதும் மெல்லிய தோசைகளாக வார்க்கவும்.

❖ நறுக்கி வைத்துள்ள வெங்காயத்தை பெசரட்டின் மேலே தூவி எண்ணெய் விட்டு சிவக்க வெந்ததும் திருப்பிப் போட்டு எடுத்தால் பெசரட் தயார்.

குறிப்பு:

பொடியாக நறுக்கிய வெங்காயத்தை மாவில் கலந்தும் மெல்லிய தோசைகளாக வார்த்து எடுக்கலாம்.

48. வரகு சேமியா உப்புமா

தேவையான பொருள்கள்:

வரகு சேமியா - 2 கப்

வெங்காயம் - 1

பச்சை மிளகாய் - 3

உப்பு - தேவையான அளவு

தாளிக்க:

எண்ணெய் - 2 ஸ்பூன்

கடுகு - 1/4 ஸ்பூன்

உடைத்த உளுந்து - 1/4 ஸ்பூன்

கடலை பருப்பு - 1/4 ஸ்பூன்

வறுத்த வேர்கடலை - 2 ஸ்பூன்

கருவேப்பிலை - சிறிதளவு

செய்முறை:

❖ ஒரு அகலமான பாத்திரத்தில் தண்ணீர் ஊற்றி தேவையான அளவு உப்பு சேர்த்துக் கொதிக்கவிடவும்.

❖ பின் அடுப்பிலிருந்து பாத்திரத்தை இறக்கி அதில் சேமியாவை ஒடித்துப் போட்டு மூடி வைக்கவும்.

❖ இரண்டு நிமிடங்கள் அப்படியே விடவும்.

❖ பிறகு தண்ணீரை வடிகட்டவும்.

❖ அடுத்து அந்த சேமியாவை இட்லி தட்டில் வைத்து 5 நிமிடங்கள் ஆவியில் வைக்கவும். அடுப்பிலிருந்து இறக்கி ஆறவிடவும்.

❖ சூட்டிலேயே இதை தாளித்தால் உப்புமா உதிராக இருக்காது. அதனால் நன்றாக ஆறவிடவும்.

❖ பிறகு அடுப்பில் ஒரு கனமான வாணலி வைத்து எண்ணெய் ஊற்றிக் காய்ந்ததும் தாளிக்கக் கொடுத்துள்ள பொருள்களைப் போட்டுத் தாளித்து அதனுடன் வெங்காயம், பச்சைமிளகாயைச் சேர்த்து நன்றாக வதக்கவும். தேவையான அளவு உப்பு சேர்க்கவும்.

❖ ஆறவைத்திருக்கும் சேமியாவை அதில் கொட்டி நன்றாகப் பிரட்டவும்.

❖ வரகு சேமியா உப்புமா ரெடி. சூடாகப் பரிமாறவும்.

குறிப்பு :

விருப்பப்பட்டால் இறக்கும்போது எலுமிச்சை சாறு சேர்த்து இறக்கினால் சுவை கூடுதலாக இருக்கும்.

49. வரகரிசி உப்புமா

தேவையான பொருள்கள்:

வரகு அரிசி - 2 கப்

உப்பு - தேவையான அளவு

தாளிக்க:

எண்ணெய் - தேவையான அளவு

கடுகு - 1/4 ஸ்பூன்

உடைத்த உளுந்து - 1/4 ஸ்பூன்

கடலை பருப்பு - 1/4 ஸ்பூன்

பெருங்காயம் - சிறிதளவு

பெரிய வெங்காயம் - 2

இஞ்சி - 1 துண்டு

மிளகாய் வற்றல் - 2

கருவேப்பிலை - சிறிதளவு

செய்முறை:

❖ வரகரிசியை மிக்ஸியில் லேசாக ஒரு திருப்பு திருப்பி அரைக்கவும்.

❖ வெங்காயம், இஞ்சியை பொடியாக நறுக்கிக் கொள்ளவும்.

❖ பிறகு வாணலியை அடுப்பில் வைத்து சிறிதளவு எண்ணெய் விட்டு வரகு ரவையை நன்றாக வறுத்து எடுத்து வைத்துக்கொள்ளவும்.

❖ மீண்டும் அதே வாணலியில் மீண்டும் உப்புமாவுக்குத் தேவையான அளவு எண்ணெய் விட்டுக் காய்ந்ததும் தாளிக்கக் கொடுத்திருக்கும் பொருள்களை சேர்த்து தாளிக்கவும்.

❖ அதனுடன் வெங்காயம், இஞ்சி சேர்த்து வதக்கவும். நன்றாக வதங்கியதும் 4 கப் அளவிற்கு தண்ணீர் சேர்த்து கொதிக்கவிடவும்.

❖ தண்ணீர் நன்கு கொதித்ததும் வறுத்து வைத்திருக்கும் வரகு ரவையைக் கொட்டி நன்கு கிளறி மூடி வைக்கவும்.

❖ தண்ணீர் சுண்டி ரவை நன்கு வெந்து உப்புமா தயாரானதும் இறக்கவும். சுடச் சுடப் பரிமாறவும்.

50. வரகரிசி கடலைப் பருப்பு உப்புமா

தேவையான பொருள்கள்:

வரகரிசி - 1 கப்

கடலை பருப்பு - 1 கைப்பிடி

வெங்காயம் - 1

இஞ்சி - 1 துண்டு

பூண்டு - 4 பல்

பச்சை மிளகாய் - 2

தாளிக்க:

பட்டை - 1 துண்டு

லவங்கம் - 2

கருவேப்பிலை - சிறிதளவு

செய்முறை:

❖ வரகரிசியை கால் மணி நேரம் ஊறவைக்கவும். கடலைபருப்பை தனியாக ஊறவைக்கவும்.

❖ பிறகு ஒருகுக்கரில் எண்ணெய் விட்டுக் காய்ந்ததும் தாளிக்கக் கொடுத்துள்ள பொருள்களைப் போட்டுத் தாளித்து வெங்காயம், இஞ்சி, பூண்டு மற்றும் பச்சைமிளகாயை ஒவ்வொன்றாகச் சேர்த்து வதக்கவும்.

❖ வெங்காயம் நன்றாக வதங்கியதும் 2 கப் தண்ணீர் சேர்த்துக் கொதிக்கவிடவும்.

❖ தண்ணீர் நன்றாகக் கொதித்ததும் ஊறவைத்த வரகரிசியையும், கடலைபருப்பையும் சேர்த்து கலந்து குக்கரை மூடி 2 விசில் வரை வைத்து இறக்கவும்.

❖ ருசியான வரகு அரிசி கடலைப்பருப்பு உப்புமா ரெடி.

51. வரகு ஆப்பம்

தேவையான பொருள்கள்:

வரகு அரிசி - 1 கப்

இட்லி அரிசி - 1/2 கப்

உளுந்து - 1/2 கப்

வெந்தயம் - 1 ஸ்பூன்

உப்பு - தேவையான அளவு

சமையல் சோடா - சிட்டிகை அளவு (தேவைப்பட்டால்)

எண்ணெய் - தேவையான அளவு

செய்முறை:

❖ வரகு அரிசி, இட்லி அரிசி, உளுந்து, வெந்தயத்துடன் தண்ணீர் ஊற்றி அனைத்தையும் ஒன்றாக தேவையான அளவு உப்பு சேர்த்து 5 முதல் 6 மணி நேரம் வரை ஊறவைக்கவும்.

❖ பிறகு மிக்சி, அல்லது கிரைண்டரில் போட்டு அரைத்தெடுக்கவும். அரைத்தெடுத்த மாவை 8 மணி நேரம் புளிக்க விடவும்.

❖ தேவைப்பட்டால் சமையல் சோடா சிறிதளவு சேர்க்கலாம்.

❖ பிறகு அடுப்பில் ஆப்பக்கல்லை வைத்துச் சூடானதும் எண்ணெய் விட்டு மாவை நடுவில் விட்டு லேசாக மாவை சுற்றவும். மூடி போட்டு மூடி வேக வைக்கவும்.

❖ ஒரு பக்கம் வெந்ததும் அப்படியே எடுத்து தேங்காய் பாலுடன் சூடாகப் பரிமாறவும்.

தேவையான பொருள்கள்:

வரகரிசி - 2 கப்

கடலை பருப்பு - 1/4 கப்

துவரம் பருப்பு - 1/4 கப்

உளுந்து - 1/4 கப்

வெந்தயம் - 2 ஸ்பூன்

தாளிக்க:

எண்ணெய் - தேவையான அளவு

கடுகு - 1/4 ஸ்பூன்

உடைத்த உளுந்து - 1/4 ஸ்பூன்

கடலை பருப்பு - 1/4 ஸ்பூடி

பெருங்காயம் - சிறிதளவு

கருவேப்பிலை - சிறிதளவு

செய்முறை:

❖ வரகரிசியை மிக்ஸியில் கொரகொரப்பாக இருப்பதற்காக ஒரு சுற்று சுற்றிக் கொள்ளவும்.

❖ பருப்பு வகைகளையும் வெந்தயத்தையும் அரைமணி நேரம் ஊறவக்கவும்.

❖ ஊறிய பருப்புகளை கெட்டியாக அரைத்துக்கொள்ளவும்.

❖ அரிசி ரவையையும் பருப்பு அரைத்ததையும் ஒன்றாக சேர்த்து மஞ்சள் பொடி மற்றும் உப்பு சேர்த்து இட்லி மாவு பதத்திற்கு கரைத்து வைக்கவும். 6 மணி நேரம் புளிக்க விடவும்.

❖ பிறகு அடுப்பில் ஒரு கனமான வாணலி வைத்து எண்ணெய் 4 ஸ்பூன் அளவு சேர்க்கவும்.

❖ இரண்டு கரண்டி மாவை வாணலியில் விட்டு கனமான அடைபோல விடவும். அடுப்பை சிம்மில் வைத்து வாணலியை மூடி வைக்கவும்.

❖ இரண்டு பக்கமும் பொன்னிறமானதும் சூடாகப் பரிமாறவும்.

குறிப்பு:

இந்த தவள அடையை இரும்பு வாணலியில் செய்தால் மிக நன்றாக இருக்கும். அடுப்பை சிம்மில் வைத்துத்தான் இந்த அடையை வேகவைக்க வேண்டும். இந்த அடையை மெல்லியதாக இல்லாமல் கனமான அடையாகத் தான் வார்க்கவேண்டும்.

53. வரகு அப்பம்

தேவையான பொருள்கள்:

வரகு அரிசி - 2 கப்

உளுந்து - 1/2 கப்

வெந்தயம் - 1 ஸ்பூன்

உப்பு - தேவையான அளவு

தேங்காய் துருவல் - 4 டேபிள் ஸ்பூன் -

பெரிய வெங்காயம் - 2

இஞ்சி - 1 துண்டு

பச்சை மிளகாய் - 2

கருவேப்பிலை - சிறிதளவு

கொத்தமல்லி - சிறிதளவு

தாளிக்க:

எண்ணெய் - தேவையான அளவு

கடுகு - 1/4 ஸ்பூன்

உடைத்த உளுந்து - 1/4 ஸ்பூன்

கடலை பருப்பு - 1/4 ஸ்பூன்

பெருங்காயம் - சிறிதளவு

செய்முறை:

❖ வரகு அரிசியையும் உளுந்து மற்றும் வெந்தயத்தையும் தேவையான அளவு உப்பு சேர்த்து இட்லிமாவு போல அரைத்துக் கொள்ளவும்.

❖ அத்துடன் தேங்காய் துருவல் சேர்க்கவும்.

❖ வெங்காயம், பச்சை மிளகாய், இஞ்சியை பொடியாக நறுக்கிக் கொள்ளவும்.

❖ பின் அடுப்பில் வாணலி வைத்து எண்ணெய் ஊற்றிக் காய்ந்ததும் கடுகு, உளுந்து, கடலைப் பருப்பு, பெருங்காயம் தாளித்து வெங்காயம், பச்சை மிளகாய், இஞ்சி சேர்த்து வதக்கி சிறிதளவு உப்பு சேர்த்து நன்கு வதக்கி மாவில் கலக்கவும்.

❖ அடுத்ததாக அடுப்பில் குழிப்பணியாரக் கல்லில் எண்ணெய் விட்டு மாவு ஊற்றி மிதமான தீயில் சிவக்க சுட்டு எடுக்கவும்.

❖ ருசியான வரகு அப்பம் தயார்.

குதிரைவாலி

தேவையான பொருள்கள்:

குதிரைவாலி அரிசி - 3 கப்

இட்லி அரிசி - 1 கப்

உளுந்து - 1 கப்

அவல் - 1 கைப்பிடி

வெந்தயம் - 1 ஸ்பூன்

உப்பு - தேவையான அளவு

செய்முறை:

❖ முதலில் குதிரைவாலி அரிசியை இரண்டு அல்லது மூன்று முறை நல்ல தண்ணீரில் நன்றாக அலம்பிக் கொள்ளவும்.

❖ குதிரைவாலி அரிசியையும் இட்லி அரிசியையும் சேர்த்து 4 அல்லது 5 மணி நேரம் ஊறவைக்கவும்.

❖ அவலையும் தனியாக ஊறவைக்கவும்.

❖ உளுந்தையும் வெந்தயத்தையும் ஒன்றாக ஊறவைக்கவும்.

❖ அரிசியையும் அவலையும் சேர்த்து சற்று கொரகொரப்பாக அரைக்க வேண்டும். இல்லையென்றால் இட்லி மொழு மொழுவென்று இருக்கும்.

❖ உளுந்தையும் வெந்தயத்தையும் தண்ணீர் கொஞ்சம் கொஞ்சமாகச் சேர்த்து புசுபுசுவென்று வருமாறு அரைக்கவும்.

❖ அரிசி மாவையும் உளுந்து மாவையும் உப்பு சேர்த்து ஒன்றாகக் கரைக்கவும்.

❖ 7-8 மணி நேரம் புளிக்க விடவும். அல்லது இரவு படுக்கும் முன் கரைத்து வைத்தால் காலையில் நன்றாகப் புளித்து மாவு பொங்கி இருக்கும்.

❖ பிறகு அடுப்பில் இட்லி பாத்திரத்தில் அடியில் தண்ணீர் விட்டு இட்லி தட்டில் மாவு விட்டு 15 நிமிடங்கள் அடுப்பில் வைத்து இறக்கினால் குதிரைவாலி இட்லி தயார்.

55. குதிரைவாலி தோசை

தேவையான பொருள்கள்:

குதிரைவாலி அரிசி - 2 கப்

உளுந்து - 1/2 கப்

வெந்தயம் - 1/2 ஸ்பூன்

செய்முறை:

❖ குதிரைவாலி அரிசியை 2 மணி நேரம் ஊறவைக்கவும்.

❖ உளுந்தையும் வெந்தயத்தையும் ஒன்றாகச் சேர்த்து தனியாக ஊறவைக்கவும்.

❖ இரண்டு மணி நேரத்துக்குப் பிறகு அரிசியை சற்றுக் கொரகொரவென அரைக்கவும்.

❖ உளுந்தையும் வெந்தயத்தையும் புசுபுசுவென அரைக்கவும்.

❖ பின் அரிசி மாவையும் உளுந்து மாவையும் தேவையான அளவு உப்பு சேர்த்து கரைக்கவும்.

❖ 8 மணி நேரம் புளிக்கவிடவும்.

❖ கடைசியாக அடுப்பில் தோசைக்கல்லை வைத்துச் சூடானதும் மெல்லிய தோசைகளாக வார்க்கவும்.

56. குதிரைவாலி பொடி தோசை

தேவையான பொருள்கள்:

குதிரைவாலி அரிசி - 2 கப்

உளுந்து - 1/2 கப்

வெந்தயம் - 1/2 ஸ்பூன்

இட்லி மிளகாய்த்தூள் - தேவையான அளவு

செய்முறை:

❖ குதிரைவாலி அரிசியை 2 மணி நேரம் ஊறவைக்கவும்.

❖ உளுந்தையும் வெந்தயத்தையும் ஒன்றாகச் சேர்த்து தனியாக ஊறவைக்கவும்.

❖ இரண்டு மணி நேரத்துக்குப் பிறகு அரிசியை சற்றுக் கொரகொரவென அரைக்கவும்.

❖ உளுந்தையும் வெந்தயத்தையும் புசுபுசுவென அரைக்கவும்.

- ❖ பின் அரிசி மாவையும் உளுந்து மாவையும் தேவையான அளவு உப்பு சேர்த்து கரைக்கவும்.
- ❖ 8 மணி நேரம் புளிக்கவிடவும்.
- ❖ கடைசியாக அடுப்பில் தோசைக்கல்லை வைத்துச் சூடானதும் மெல்லிய தோசைகளாக வார்க்கவும்.
- ❖ நெய் மற்றும் எண்ணெய் கலந்து வைத்துக்கொள்ளவும்.
- ❖ தோசையைச் சுற்றி கலந்து வைத்திருக்கும் நெய்யும் எண்ணெயும் விடவும்.
- ❖ இட்லிபொடியை தோசையின் மேல் பரவலாகத் தூவி இறக்கவும்.
- ❖ சுவையான குதிரைவாலி பொடி தோசை ரெடி.

57. குதிரைவாலி காலிஃப்ளவர் தோசை

தேவையான பொருள்கள்:

குதிரைவாலி அரிசி தோசை மாவு - 2 கப்

காலிஃப்ளவர் - 1

பெரிய வெங்காயம் - 2

தக்காளி - 3

இஞ்சி, பூண்டு விழுது - 1 ஸ்பூன்

சீரகம் - 1/4 ஸ்பூன்

அரைக்க:

சோம்பு - 3/4 ஸ்பூன்

மிளகாய் வற்றல் - 7

தனியா - 1 ஸ்பூன்

தேங்காய் - 1/4 கப்

பொட்டுகடலை - 1 கைப்பிடி

செய்முறை:

- ❖ குதிரைவாலி அரிசி தோசை மாவு தயார் செய்யும் விதம் முந்தின (55. குதிரைவாலி அரிசி தோசை) சமையல் குறிப்பில் கொடுக்கப் பட்டுள்ளது. அதன்படி தோசை மாவு தயார் செய்து கொள்ளவும்.
- ❖ பிறகு ஒரு பாத்திரத்தில் தண்ணீர் விட்டு கொதிக்கவிடவும். சிறிதளவு உப்பு, மஞ்சள்தூள் சேர்க்கவும்.
- ❖ காலிஃப்ளவரை நறுக்கி அந்தத் துண்டங்களை உப்புத் தண்ணீரில் இரண்டு நிமிடம் போட்டு வைக்கவும். இப்படிச் செய்தால் பூவில்

கண்ணுக்குத் தெரியாத பூச்சி, புழுக்கள் ஏதாவது இருந்தால் அழிந்து விடும்.)

❖ பின் பூவை வடிகட்டி தனியாக வைக்கவும்.

❖ அரைக்கக் கொடுத்துள்ள அனைத்தையும் ஒன்றாகப் போட்டு விழுதாக அரைத்து வைக்கவும்.

❖ வெங்காயம், தக்காளியை பொடியாக நறுக்கி வைக்கவும்.

❖ அடுத்து அடுப்பில் ஒரு கனமான வாணலி வைத்து எண்ணெய் ஊற்றிக் காய்ந்ததும் சீரகம் தாளித்து வெங்காயம், இஞ்சி பூண்டு விழுது சேர்த்து வதக்கவும். வெங்காயம் வதங்கியதும் தக்காளி சேர்த்து கூழாக வதக்கவும். அடுத்து அரைத்து வைத்துள்ள விழுதையும் சேர்த்து பச்சை வாசனை போக நன்கு வதக்கவும்.

❖ எல்லாம் சேர்ந்து வதங்கியதும் வடிகட்டி வைத்துள்ள காலிஃப்ளவர் சேர்த்து கால் கப் தண்ணீர் ஊற்றி கொதிக்க விடவும்.

❖ எண்ணெய் மேலாக மிதந்து தொக்கு போல் திரண்டு வந்ததும் இறக்கவும்.

❖ அடுத்தபடியாக அடுப்பில் தோசைக் கல்லை வைத்துச் சூடானதும் மெல்லிய தோசை வார்த்து வெந்ததும் நடுவில் 2 ஸ்பூன் காலிப்ளவர் கிரேவியை வைத்து மடித்து எடுக்கவும்.

❖ மிக மிக ருசியான காலிஃப்ளவர் தோசை ரெடி. சுடச் சுட பரிமாறவும்.

58. குதிரைவாலி இடியாப்பம்

தேவையான பொருள்கள்:

குதிரைவாலி அரிசி - 2 கப்

உப்பு - தேவையான அளவு

நல்லெண்ணெய் - சிறிதளவு

தண்ணீர் - தேவையான அளவு

செய்முறை:

❖ முதலில் குதிரைவாலி அரிசியை வெறும் வாணலியில் நன்றாக வறுக்கவும்.

❖ வறுத்த அரிசியை மாவாக அரைக்கவும்.

❖ நன்றாக சலிக்கவும்.

❖ பிறகு அடுப்பில் ஒரு பாத்திரத்தில் தண்ணீர் விட்டு தேவையான அளவு உப்பு சேர்த்து கூடவே கொஞ்சம் எண்ணெய் விட்டு கொதிக்கவிடவும்.

❖ பின்னர் கொதிக்கும் தண்ணீரில் சிறிது சிறிதாக மாவைச் சேர்த்து கெட்டியில்லாமல் கிளறவும்.

❖ கையில் எண்ணெய் தடவி மாவைப் பிசைந்து இடியாப்பம் குழலில் போட்டு மாவைப் பிழியவும்.

❖ 10 நிமிடங்கள் ஆவியில் வைத்து எடுத்தால் குதிரைவாலி இடியாப்பம் தயார்.

59. குதிரைவாலி மிளகு சேவை

தேவையான பொருள்கள்:

குதிரைவாலி அரிசி இடியாப்பம் - 5

மிளகு - 1ஸ்பூன்

சீரகம் - 1 ஸ்பூன்

நெய் - 2 ஸ்பூன்

தாளிக்க:

எண்ணெய் - தேவையான அளவு

கடுகு - 1/4 ஸ்பூன்

உடைத்த உளுந்து - 1/4 ஸ்பூன்

கடலை பருப்பு - 1/4 ஸ்பூன்

உப்பு - தேவையான அளவு

பெருங்காயம் - சிறிதளவு

கருவேப்பிலை - சிறிதளவு

செய்முறை: -

❖ இடியாப்பத்தை உதிர்த்துக் கொள்ளவும்.

❖ மிளகு சீரகம் இரண்டையும் கொரகொரவென பொடித்துக் கொள்ளவும்.

❖ பின் அடுப்பில் வாணலி வைத்து எண்ணெய் ஊற்றிக் காய்ந்ததும் தாளிக்கக் கொடுத்துள்ள பொருள்களைப் போட்டு தாளித்து உதிர்த்து வைத்துள்ள இடியாப்பத்தில் கொட்டவும்.

❖ அடுத்து அதனுடன் பொடித்து வைத்துள்ள மிளகு சீரகப் பொடியையும் சேர்த்துக் கிளறவும்.

❖ பச்சை கருவேப்பிலை கிள்ளிப் போட்டு பரிமாறவும்.

❖ ருசியான குதிரைவாலி மிளகுசேவை ரெடி.

தேவையான பொருள்கள்:

இடியாப்பம் - 5

வறுத்த வேர்கடலை - 1 கரண்டி அளவு

நெய் - 2 ஸ்பூன்

உப்பு - தேவையான அளவு

இஞ்சி - 1 துண்டு

பச்சை மிளகாய் - 2

பெரிய வெங்காயம் - 1

தாளிக்க:

எண்ணெய் - தேவையான அளவு

கடுகு - 1/4 ஸ்பூன்

உடைத்த உளுந்து - 1/4 ஸ்பூன்

கடலை பருப்பு - 1/4 ஸ்பூன்

பெருங்காயம் - சிறிதளவு

கருவேப்பிலை - சிறிதளவு

செய்முறை:

❖ இடியாப்பத்தை உதிர்த்துக் கொள்ளவும்.

❖ வேர்கடலையை சற்றுக் கொரகொரப்பாகப் பொடித்து வைக்கவும்.

❖ பின் அடுப்பில் வாணலி வைத்து எண்ணெய் ஊற்றிக் காய்ந்ததும் தாளிக்கக் கொடுத்துள்ள பொருள்களைப் போட்டு வெங்காயம் பச்சைமிளகாயைச் சேர்த்து நன்றாக வதக்கவும்.

❖ உதிர்த்த சேவையில் கரகரப்பாக பொடித்த வேர்கடலை பொடியை போடவும்.

❖ அதன் மேல் தாளித்த பொருள்களை சேர்த்து நன்றாக கலக்கவும்.

❖ பச்சை கருவேப்பிலை மற்றும் கொத்தமல்லிசேர்க்கவும்.

61. குதிரைவாலி எள் சேவை

தேவையான பொருள்கள்:

இடியாப்பம் - 5 -

நெய் - 2 ஸ்பூன்

உப்பு - தேவையான அளவு

வறுத்து அரைக்க:

மிளகாய் வற்றல்- 4 -

கடலை பருப்பு - 1 ஸ்பூன்

எள் - 4 ஸ்பூன்

பெருங்காயம் - சிறிதளவு

தாளிக்க:

எண்ணெய் - தேவையான அளவு

கடுகு - 1/4 ஸ்பூன்

உடைத்த உளுந்து - 1/4 ஸ்பூன்

கடலை பருப்பு - 1/4 ஸ்பூன்

கருவேப்பிலை - சிறிதளவு

செய்முறை:

❖ இடியாப்பத்தை உதிர்த்து கொள்ளவும்.

❖ அடுத்ததாக அடுப்பில் வாணலி வைத்துச் சூடானதும் வெறும் வாணலியில் வறுத்து அரைக்க் கொடுத்துள்ள பொருள்களை தீயாமல் வறுத்து சற்றுக் கொரகொரவென பொடித்துக் கொள்ளவும்.

❖ அடுத்ததாக அதே வாணலியில் எண்ணெய் விட்டுக் காய்ந்ததும் தாளிக்க் கொடுத்துள்ள பொருள்களைப் போட்டு தாளித்து அதை உதிர்த்து வைத்துள்ள சேவையில்கொட்டவும். கூடவே கரகரப்பாக பொடித்து வைத்துள்ள பொடியையும் போட்டு நன்கு கலக்கவும்.

❖ அவ்வளவுதான் குதிரைவாலி எள் சேவை ரெடி.

62. குதிரைவாலி பணியாரம்

தேவையான பொருள்கள்:

குதிரைவாலி அரிசி - 1 கப்

சிகப்பரிசி - 1/4 கப்

உளுந்து - 1/4 கப்

வெந்தயம் - 1/4 ஸ்பூன்

பெரிய வெங்காயம் - 1

உப்பு - தேவையான அளவு

தாளிக்க:

எண்ணெய் - தேவையான அளவு

கடுகு - 1/4 ஸ்பூன்

உடைத்த உளுந்து - 1/4 ஸ்பூன்

கருவேப்பிலை - சிறிதளவு

செய்முறை:

❖ குதிரைவாலி அரிசியையும் சிகப்பரிசியையும் சேர்த்து 4 மணி நேரம் ஊறவைக்கவும்.

❖ உளுந்தையும் வெந்தயத்தையும் ஊறவைக்கவும்.

❖ பிறகு அரிசியையும், உளுந்தையும் தனித்தனியாக அரைத்து இரண்டு மாவையும் ஒன்றாகச் சேர்த்துக் கரைக்கவும்.

❖ 7 மணி நேரம் வரை புளிக்க விடவும்.

❖ வெங்காயத்தைப் பொடியாக நறுக்கவும்.

❖ பிறகு அடுப்பில் வாணலி வைத்து எண்ணெய் ஊற்றிக் காய்ந்ததும் தாளிக்கக் கொடுத்துள்ள பொருள்களைப் போட்டுத் தாளித்து நறுக்கி வைத்துள்ள வெங்காயத்தைச் சேர்த்து நன்றாக வதக்கவும்.

❖ வதங்கிய வெங்காயத்தை மாவில் கலக்கவும்.

❖ அடுப்பில் குழிப்பணியாரக்கல்லை வைத்து எண்ணெய் ஊற்றி மாவை விட்டுப் பொன்னிறமாக பொரித்து எடுக்கவும்.

❖ சுவையான குதிரைவாலி பணியாரம் தயார்.

63. குதிரைவாலி தேங்காய்ப்பால் உப்புமா

தேவையான பொருள்கள்:

குதிரைவாலி அரிசி - 2 கப்

தேங்காய் துருவல் - 1 கப்

பெரிய வெங்காயம் - 1

பச்சை மிளகாய் - 3

பூண்டு - 3 பல்

உப்பு - தேவையான அளவு

தாளிக்க:

பட்டை - 1 துண்டு

லவங்கம் - 2

கருவேப்பிலை - சிறிதளவு

செய்முறை:

❖ முதலில் தேங்காயை மிக்ஸியில் போட்டு வெதுவெதுப்பான தண்ணீர் சேர்த்து அரைக்கவும்.

❖ அதனை பிழிந்து பால் எடுத்து தனியே வைக்கவும்.

❖ வெங்காயம், பச்சை மிளகாயை பொடியாக நறுக்கி வைக்கவும்.

❖ பிறகு அடுப்பில் ஒரு கனமான வாணலி வைத்து தாளிக்கக் கொடுத்துள்ள பட்டை, லவங்கம், கருவேப்பிலை தாளித்து, பின் வெங்காயம், பச்சை மிளகாய், பூண்டு சேர்த்து வதக்கவும்.

❖ வெங்காயம் நன்கு வதங்கியதும் தேங்காய் பால் மற்றும் தேவையான அளவு தண்ணீர் சேர்த்து குதிரைவாலி அரிசியையும் சேர்த்து 15 நிமிடங்கள் மூடி வைக்கவும்.

❖ உப்புமா வெந்ததும் இறக்கி சூடாகப் பரிமாறவும்.

64. குதிரைவாலி அடை

தேவையான பொருள்கள்:

குதிரைவாலி அரிசி - 1 கப்

கடலை பருப்பு - 1/4 கப்

துவரம் பருப்பு - 1/4 கப்

உளுந்து - 1 ஸ்பூன்

பாசிப் பருப்பு - 1 ஸ்பூன்

மிளகாய் வற்றல்- 8

இஞ்சி - 1 துண்டு

சோம்பு - 1/4 ஸ்பூன்

பெருங்காயம் - சிறிதளவு

கொத்தமல்லி - சிறிதளவு

கருவேப்பிலை - சிறிதளவு

தேங்காய் துருவல் - 2 ஸ்பூன்

உப்பு - தேவையான அளவு

செய்முறை:

❖ குதிரைவாலி அரிசியையும், பருப்புகளையும் ஒன்றாகச் சேர்த்து இரண்டிலிருந்து மூன்று மணி நேரம் வரை ஊறவைக்கவும்.

❖ பிறகு ஊற வைத்த அரிசி, பருப்புடன் மிளகாய் வற்றல், இஞ்சி, சோம்புடன் தேவையான அளவு உப்பு சேர்த்து சற்றுக் கரகரப்பாக அரைக்கவும்.

❖	அடுத்து அடுப்பில் தோசைக்கல்லை வைத்து மெல்லிய அடைகளாக வார்த்து எண்ணெய் விட்டு இரண்டுபக்கமும் நிதானமாக வேகவைத்து எடுக்கவும்.

❖	சுவையான குதிரைவாலி அடை தயார்.

65. குதிரைவாலி தவள அடை

தேவையான பொருள்கள்:

குதிரைவாலி அரிசி - 1 கப்

துவரம் பருப்பு - 3 ஸ்பூன்

கடலைப் பருப்பு - 3 ஸ்பூன்

உளுந்து - 3ஸ்பூன்

மிளகாய் வற்றல்- 4

தேங்காய்துருவல் - 1 ஸ்பூன்

தாளிக்க:

கடுகு - 1/4 ஸ்பூன்

மிளகாய் வற்றல்- 1

பெருங்காயம் - சிறிதளவு

செய்முறை:

❖	குதிரைவாலி மற்றும் பருப்பு வகைகளை 2 மணி நேரம் ஊறவைக்கவும்.

❖	பின் ஊற வைத்த அரிசி, பருப்புடன் மிளகாய் வற்றல் மற்றும் உப்பு சேர்த்து கொரகொரப்பாக அரைக்கவும்.

❖	அடுத்து அடுப்பில் வாணலி வைத்து எண்ணெய் விட்டுக் காய்ந்ததும் கடுகு, மிளகாய் வற்றல், பெருங்காயம் போட்டுத் தாளித்து அரைத்த மாவைக் கொட்டவும். கூடவே தேங்காய்துருவல் சேர்த்து அடுப்பை சிம்மில் வைத்து மாவை நன்றாகக் கிளறி இறக்கவும்.

❖	மாவு ஆறியதும் சின்னச்சின்ன உருண்டைகளாக உருட்டி அதை அடை போலத் தட்டவும்.

❖	கடைசியாக அடுப்பில் தோசைக்கல்லை வைத்து சூடானதும் எண்ணெய் விட்டு அடைகளை ஒவ்வொன்றாக வார்த்து சுற்றிலும் எண்ணெய் விட்டு வேகவைத்து இறக்கினால் சுவையான குதிரைவாலி தவள அடை தயார்.

❖	தேங்காய் சட்னியுடன் சூடாகப் பரிமாறவும்.

சோளம்

66. சோள இட்லி

தேவையான பொருள்கள்:

சோளம் - 2 கப்

உளுந்து - 1/2 கப்

வெந்தயம் - 1 ஸ்பூன்

உப்பு - தேவையான அளவு

செய்முறை:

❖ சோளத்தை இரண்டு அல்லது மூன்று முறை நன்றாக அலம்பிக் கொண்டு 6 மணி நேரம் ஊறவைக்கவும்.

❖ உளுந்தையும் வெந்தயத்தையும் ஒன்றாக ஊறவைக்கவும்.

❖ சோளத்தை தனியாக அரைக்கவும்.

❖ உளுந்தையும் வெந்தயத்தையும் தண்ணீர் கொஞ்சம் கொஞ்சமாக சேர்த்து புசுபுசுவென்று வருமாறு அரைக்கவும்.

❖ இரண்டு மாவையும் உப்பு சேர்த்து ஒன்றாகக் கரைக்கவும்.

❖ 7-8 மணி நேரம் புளிக்க விடவும். அல்லது இரவு படுக்கும் முன் கரைத்து வைத்தால் காலை நன்றாக புளித்து மாவு பொங்கி இருக்கும்.

❖ பிறகு இட்லி பாத்திரத்தில் அடியில் தண்ணீர் விட்டு இட்லி தட்டில் மாவு விட்டு 15 நிமிடங்கள் அடுப்பில் வைத்து இறக்கினால் சோள இட்லி தயார்.

67. சோள தோசை

தேவையான பொருள்கள்:

சோளம் - 2 கப்

இட்லி அரிசி - 2 கப்

உளுந்து - 1 கப்

வெந்தயம் - 1/2 ஸ்பூன்

செய்முறை:

* சோளத்தை 6 மணி நேரம் ஊறவைக்கவும்.

* உளுந்தையும் வெந்தயத்தையும் தனியாக ஊறவைக்கவும்.

* பிறகு சோளத்தை தனியாக அரைக்கவும்.

* உளுந்தையும் வெந்தயத்தையும் புசுபுசுவென அரைக்கவும்.

* அரைத்த பிறகு சோள மாவையும் உளுந்து மாவையும் உப்பு சேர்த்து ஒன்றாகக் கரைக்கவும்.

* 8 மணி நேரம் புளிக்க விடவும்.

* பின் அடுப்பில் தோசைக்கல்லை வைத்துச் சூடானதும் மெல்லிய தோசைகளாக வார்க்கவும்.

* சுவையான சோள தோசையை சுடச் சுட பரிமாறவும்.

68. சோள சப்பாத்தி

தேவையான பொருள்கள்:

சோள மாவு - 2 கப்

மைதா மாவு - 1/2 கப்

வெந்தயக்கீரை - 1 கட்டு (பொடியாக நறுக்கியது)

மிளகாய்த்தூள் - 1/2 ஸ்பூன்

தனியாத்தூள் - 1/2 ஸ்பூன்

சீரகத்தூள் - 1/2 ஸ்பூன்

உப்பு - தேவையான அளவு

செய்முறை:

* சோளமாவையும் மைதாமாவையும் கலக்கவும்.

* அதனுடன் பொடியாக நறுக்கிய வெந்தயக் கீரை, மிளகாய்த் தூள், தனியாத் தூள், சீரகத் தூள் சேர்த்து தேவையான அளவு உப்பு, தண்ணீர் விட்டு சப்பாத்தி மாவுபோல பிசையவும்.

* பிசைந்த மாவை சின்ன உருண்டைகளாக உருட்டி சப்பாத்திகளாக திரட்டி வைக்கவும்.

* பின் அடுப்பில் தோசைக்கல்லை வைத்துச் சூடானதும் திரட்டி வைத்துள்ள சப்பாத்திகளை கல்லில் போட்டு எண்ணெய் சேர்த்து சுட்டெடுக்கவும்.

தேவையான பொருள்கள்:

சோளம் - 1 கப்

பாசிப் பருப்பு - 1/4 கப்

தாளிக்க:

மிளகு - 1 ஸ்பூன்

சீரகம் - 1ஸ்பூன்

இஞ்சி - 1 துண்டு

கருவேப்பிலை - சிறிதளவு

பெருங்காயம் - சிறிதளவு

செய்முறை:

❖ முதலில் சோளத்தை 6 மணி நேரம் ஊறவைத்து பின் அரைத்து தனியாக வைத்துக்கொள்ளவும்.

❖ அடுத்து அடுப்பில் வாணலி வைத்துச் சூடானதும் பாசிப்பருப்பை வெறும் வாணலியில் லேசாக வறுத்து வேகவைத்துக்கொள்ளவும்.

❖ பின் மீண்டும் வாணலியை அடுப்பில் வைத்து எண்ணெயும் நெய்யும் விட்டு மிளகு, சீரகம், இஞ்சி தாளித்துப் பொரிந்ததும் வேகவைத்த பாசிப்பருப்பையும் அரைத்த சோளவிழுதையும் சேர்த்து கூடவே தேவையான உப்பு சேர்த்து நன்றாகக் கலக்கவும். வேக வைக்கவும். தண்ணீர் போதவிலையென்றால் தேவையான அளவு சுடுதண்ணீர் ஊற்றிக்கொள்ளவும்.

❖ பொங்கல் நன்கு வெந்ததும் பச்சை கருவேப்பிலை சேர்க்கவும்.

❖ சூடாகப் பரிமாறவும்.

தேவையான பொருள்கள்:

சோளம் - 2 கப்

துவரம் பருப்பு - 1 கப்

கடலை பருப்பு - 1 கப்

உளுந்து - 1 ஸ்பூன்

பாசிப் பருப்பு - 1/2 கப்

பெரிய வெங்காயம் - 2

மிளகாய் வற்றல்- 6

பெருங்காயம் - சிறிதளவு

கொத்தமல்லி - சிறிதளவு

கருவேப்பிலை - சிறிதளவு

செய்முறை:

❖ சோளத்தை 6 மணி நேரம் ஊறவைக்கவும்.

❖ துவரம் பருப்பு, கடலைப் பருப்பு, பாசிப் பருப்பு, உளுந்து என நான்கு பருப்புகளையும் 2 மணி நேரம் ஊறவைக்கவும்.

❖ பிறகு ஊறவைத்த அரிசியையும், பருப்பையும் தனித்தனியாக அரைத்து தேவையான அளவு உப்பு சேர்த்து ஒன்றாகக் கலக்கவும்.

❖ அதனுடன் வெங்காயத்தையும் பொடியாக நறுக்கிச் சேர்த்து கூடவே பெருங்காயம், கொத்தமல்லி கருவேப்பிலை சேர்த்து நன்றாகக் கலக்கவும்.

❖ அடுத்ததாக அடுப்பில் தோசைக்கல்லை வைத்துச் சூடானதும் மாவை ஊற்றி எண்ணெய் விட்டு இரண்டு பக்கமும் சிவக்க வேகவிட்டு எடுக்கவும்.

❖ சூடாகப் பரிமாறவும்.

71. சோள இடியாப்பம்

தேவையான பொருள்கள்:

சோள மாவு - 2 கப்

உப்பு - தேவையான அளவு

நல்லெண்ணெய் - சிறிதளவு

தண்ணீர் - தேவையான அளவு

செய்முறை:

❖ அடுப்பில் ஒரு பாத்திரத்தில் தேவையான அளவு தண்ணீரை ஊற்றி கூடவே உப்பு சேர்த்து கொஞ்சம் எண்ணெய் விட்டுக் கொதிக்க விடவும்.

❖ கொதிக்கும் தண்ணீரில் சோள மாவை சிறிது சிறிதாகச் சேர்த்து கெட்டியில்லாமல் கிளறவும்.

❖ கையில் எண்ணெய் தடவிக்கொண்டு மாவைப் பிசைந்து இடியாப்பம் குழலில் மாவை வைத்துப் பிழியவும்.

❖ 10 நிமிடங்கள் ஆவியில் வைத்து எடுத்தால் குதிரைவாலி இடியாப்பம் தயார்.

தேவையான பொருள்கள்:

சோள ரவை - 1 கப்

அரிசி ரவை - 1 கப்

வெங்காயம் - 2

இஞ்சி - 1 துண்டு

பச்சை மிளகாய் - 3

தாளிக்க:

எண்ணெய் - தேவையான அளவு

கடுகு - 1/4 ஸ்பூன்

உடைத்த உளுந்து - 1/4 ஸ்பூன்

கருவேப்பிலை - சிறிதளவு

பெருங்காயம் - சிறிதளவு

செய்முறை:

❖ சோள ரவையையும் அரிசி ரவையையும் ஒன்றாகக் கலந்து கொள்ளவும்.

❖ பின் அடுப்பில் வாணலி வைத்து எண்ணெய் ஊற்றிக் காய்ந்ததும் தாளிக்க கொடுத்துள்ள கடுகு, உளுந்து, கருவேப்பிலை, பெருங்காயம் தாளித்து வெங்காயம், இஞ்சி, பச்சை மிளகாயை சேர்த்து வதக்கவும்.

❖ வெங்காயம் நன்கு வதங்கியதும் தேவையான அளவு தண்ணீர் சேர்த்துக் கொதிக்க வுடவும்.

❖ தண்ணீர் நன்கு கொதித்ததும் கலந்து வைத்திருக்கும் சோள, அரிசி ரவையைக் கொட்டி, கூடவே தேவையான அளவு உப்பு போட்டுக் கிளறி மூடி போட்டு மூடி வைக்கவும். சிறு தீயில் வேகவிடவும்.

❖ ரவை நன்கு வெந்ததும் உப்புமா ரெடி.

❖ இறக்கி மேலாக கொத்தமல்லித்தழை தூவி சூடாகப் பரிமாறவும்.

தேவையான பொருள்கள்:

சோளம் - 2 கப்

உளுந்து - 1/4 கப்

துவரம் பருப்பு - 1 கைப்பிடி

வெந்தயம் - 2 ஸ்பூன்

முடக்கத்தான் கீரை - 1 கப்

அரைக்க:

மிளகு - 1/2 ஸ்பூன்

சீரகம் - 1/2 ஸ்பூன்

மிளகாய் வற்றல்- 4

செய்முறை:

❖ சோளம், உளுந்து, துவரம் பருப்பு மற்றும் வெந்தயம் சேர்த்து 6 மணி நேரம் ஊறவிடவும்.

❖ பின் தோசை மாவு பதத்துக்கு அரைத்து வைக்கவும்.

❖ அடுத்ததாக அரைக்க் கொடுத்துள்ள மிளகு, சீரகம், மிளகாய் வற்றல் மூன்றையும் சேர்த்து கொரகொரப்பாக அரைத்துக் கொள்ளவும்.

❖ முடக்கத்தான் கீரையை தனியே அரைத்து வைத்துக்கொள்ளவும்.

❖ பிறகு அரைத்து வைத்துள்ள சோள மாவுடன் கொரகொரப்பாகப் பொடித்த மிளகு சீரகப் பொடி சேர்த்து கலக்கவும். கூடவே அரைத்து வைத்துள்ள முடக்கத்தான் கீரை விழுதையும் சேர்த்து நன்றாகக் கலக்கவும்.

❖ அடுப்பில் தோசைக் கல்லை வைத்துச் சூடானதும் மாவை விட்டு எண்ணெய் சேர்த்து தோசை வார்க்கவும். இரண்டு பக்கமும் சிவக்க வேகவைத்து சூடாகப் பரிமாறவும்.

74. சோள பணியாரம்

தேவையான பொருள்கள்:

ஊற வைத்த சோளம் - 1/4 கப்

பச்சரிசி - 1 கப்

புழுங்கல் அரிசி - 1 கப்

உளுந்து - 1/4 கப்

வெந்தயம் - 1 டீ ஸ்பூன்

உப்பு - ருசிக்கேற்ப

மாவு தயாரிக்கும் முறை:

❖ பச்சரிசி, புழுங்கல் அரிசி, உளுந்து, வெந்தயம் இவற்றை நன்கு கழுவி 2 மணி நேரம் ஊற வைக்கவும்.

- ❖ சோளத்தை 4 மணி நேரம் ஊற வைக்கவும்.

- ❖ பிறகு முதலில் சோளத்தை மிக்ஸியில் ஒரு சுற்று சுற்றி, பின் மற்ற சாமான்களுடன் கிரைண்டரில் இட்லி மாவு பதத்துக்கு அரைத்துக் கொள்ளவும். ருசிக்கேற்ப உப்பு போட்டு கலந்து, 7 மணி நேரம் புளிக்க வைக்கவும்.

தாளிக்க தேவையான பொருள்கள்:

சமையல் எண்ணெய் - 2 1/2 டீ ஸ்பூன்

கடுகு - 1 டீ ஸ்பூன்

பொடியாக நறுக்கிய பெரிய வெங்காயம் - 2

பொடியாக நறுக்கிய பச்சை மிளகாய் - 3

பொடியாக நறுக்கிய இஞ்சி - சிறிது

பொடியாக நறுக்கிய தேங்காய் பல் - 2 டேபிள் ஸ்பூன்

பொடியாக நறுக்கிய கறிவேப்பிலை, பச்சை கொத்தமல்லி - சிறிது

சோள பணியாரம் செய்முறை:

- ❖ ஒரு வாணலியை அடுப்பில் வைத்து எண்ணெய் ஊற்றிக் காய்ந்ததும், கடுகு தாளித்து நறுக்கி வைத்துள்ள வெங்காயம், பச்சை மிளகாய், இஞ்சி போட்டு வதக்கி கூடவே தேங்காய் பல், கருவேப்பிலை, கொத்தமல்லித் தழையையும் போட்டு தாளித்து, இறக்கவும்.

- ❖ ஆறியவுடன் மாவில் கலந்து குழிப் பணியாரக் கல்லில் பணியாரமாக ஊற்றி, இரு புறமும் பொன்னிறமானதும், எடுத்து சூடாகப் பரிமாறவும்.

- ❖ ருசியான இந்த சோள பணியாரத்துக்கு மிளகாய் சட்னி, தேங்காய் சட்னி ஜோராக இருக்கும்.

கேழ்வரகு (ராகி)

தேவையான பொருள்கள்:

கேழ்வரகு மாவு (ராகி மாவு) - 1 கப்

இட்லி அரிசி - 1 கப்

உளுந்து - 1/2 கப்

வெந்தயம் - 1 ஸ்பூன்

உப்பு - தேவையான அளவு

செய்முறை:

❖ இட்லி அரிசியை இரண்டு அல்லது மூன்று முறை நன்றாக அலம்பிக் கொண்டு 4 மணி நேரம் ஊறவைக்கவும்.

❖ அதுபோலவே உளுந்தையும் வெந்தயத்தையும் ஒன்றாக ஊறவைக்கவும்.

❖ பிறகு உளுந்தையும் வெந்தயத்தையும் கொஞ்சம் கொஞ்சமாக தண்ணீர் சேர்த்து புசுபுசுவென்று வருமாறு அரைக்கவும்.

❖ ஊற வைத்த இட்லி அரிசியையும் சிறிது தண்ணீர் சேர்த்து மாவாக அரைத்துக் கொள்ளவும்.

❖ அடுத்தபடியாக கேழ்வரகு மாவுடன் சிறிது தண்ணீர் சேர்த்து கெட்டியாகக் கரைத்துக் கொள்ளவும்.

❖ பின்னர் அரிசிமாவு, கேழ்வரகு மாவு, உளுந்து மாவு மூன்றையும் ஒன்றாகச் சேர்த்து தேவையான அளவு உப்பும் போட்டுக் கலந்து வைக்கவும்.

❖ 7 முதல் 8 மணி நேரம் புளிக்க விடவும். அல்லது இரவு படுக்கும் முன் கரைத்து வைத்தால் காலையில் நன்றாகப் புளித்து மாவு பொங்கி இருக்கும்.

❖ பின் அடுப்பில் இட்லி பாத்திரம் அவைத்து அடியில் தண்ணீர் விட்டு இட்லி தட்டில் மாவு விட்டு 15 நிமிடங்கள் அடுப்பில் வைத்து இறக்கினால் கேழ்வரகு இட்லி தயார்.

76. கேழ்வரகு பருப்பு இட்லி

தேவையான பொருள்கள்:

ராகி மாவு - 1/2 கப்

பாசிப் பருப்பு - 1/4 கப்

புழுங்கல் அரிசி - 3 கப்

இட்லி உளுந்து - 1 கப்

உப்பு - ருசிக்கேற்ப

செய்முறை:

❖ பாசிப் பருப்பை ஒரு மணி நேரம் ஊற வைத்து, சற்று கரகரப்பாக அரைக்கவும்.

❖ புழுங்கல் அரிசி, உளுந்து இரண்டையும் தனித் தனியே 2 மணி நேரம் ஊற வைத்து இட்லி மாவு அரைத்து, கூடவே ராகி மாவையும் கலந்து உப்பு போட்டு கரைத்து, 6 மணி நேரம் புளிக்க வைக்கவும்.

❖ பிறகு புளித்த மாவுடன் பாசிப் பருப்பை கலந்து ஒரு மணி நேரம் வைத்திருந்து அதற்குப் பிறகு, இட்லிகளாக வார்த்து எடுக்கவும். ருசியான கேழ்வரகு பருப்பு இட்லி தயார்.

77. கேழ்வரகு தோசை

தேவையான பொருள்கள்:

ராகி மாவு - 1 1/2 கப்

அரிசி மாவு - 1/2 கப்

உளுந்து - 1 கரண்டி

செய்முறை:

❖ ராகி மாவையும் அரிசி மாவையும் ஒன்றாகக் கலந்து வைக்கவும்.

❖ உளுந்தை 2 மணி நேரம் ஊறவைத்து பொங்கப் பொங்க அரைத்தெடுக்கவும்.

❖ பின் அரைத்த உளுந்து மாவில் கலந்து வைத்துள்ள ராகி, அரிசி மாவைக் கலந்து தேவையான அளவு தண்ணீர் சேர்த்து தோசை மாவு பதத்திற்குக் கரைத்து வைக்கவும்.

❖ இந்த மாவை 6-7 மணி நேரம் புளிக்க விடவும்.

❖ பின்னர் அடுப்பில் தோசைக் கல்லை வைத்துச் சூடானதும் கல்லில் மாவை ஊற்றி சுற்றிலும் எண்ணெய் விட்டு இரண்டு பக்கமும் சிவக்க வேகவைத்து எடுக்கவும்.

தேவையான பொருள்கள்:

ராகி மாவு - 1/2 கப்

அரிசி மாவு - 3 கப்

மைதா மாவு - 2 கப்

ரவை - 1 கப்

சீரகம் - 2 டீ ஸ்பூன்

பொடியாக நறுக்கிய பச்சை மிளகாய் - 1 டேபிள் ஸ்பூன்

உப்பு - ருசிக்கேற்ப

பொடியாக நறுக்கிய கொத்தமல்லித் தழை, கறிவேப்பிலை - சிறிது

துருவிய இஞ்சி - 1 டேபிள் ஸ்பூன்

கரகரப்பாக பொடித்த மிளகுப் பொடி - 1 டேபிள் ஸ்பூன்

தோசை சுட்டு எடுக்க

சமையல் எண்ணெய் - தேவையான அளவு

செய்முறை:

❖ முதலில் ஒரு வாயகன்ற பாத்திரத்தில் ராகி மாவு முதல் மிளகுப் பொடி வரை தேவையான பொருள்களில் கொடுக்கப்பட்டிருக்கும் அனைத்துப் பொருள்களையும் ஒன்றாகச் சேர்த்து தண்ணீர் விட்டு கரைத்து (சற்று நீர்க்க கரைக்கவும்) 1/2 மணி நேரம் வைக்கவும்.

❖ பின்பு, தோசைக் கல்லை அடுப்பிலேற்றி, நிதானமான தீயில் சற்று பெரிய ராகி ரவா தோசையை வார்த்து, சமையல் எண்ணெயை இரண்டு புறமும் விட்டு, திருப்பிப் போட்டு, சற்று முறுகலாக எடுக்கவும்.

❖ சூடாக தேங்காய் சட்னியுடன் பரிமாறவும்.

தேவையான பொருள்கள்:

ராகி மாவு - 1/4 கப்

அரிசி மாவு - 1/2 கப்

பொட்டுக் கடலை மாவு - 1/4 கப்

உருளைக் கிழங்கு - 2 கப் (வேக வைத்து, தோல் எடுத்து துருவிக் கொள்ளவும்)

சமையல் எண்ணெய் - தேவையான அளவு

உப்பு - ருசிக்கேற்ப

விழுதாக அரைக்க:

தக்காளி - 1

சாம்பார் வெங்காயம் - 6

சீரகம் - 1 டீ ஸ்பூன்

இஞ்சி - 1 சிறிய துண்டு

பச்சை மிளகாய் - 6

பச்சை கொத்தமல்லித் தழை - 1 கை அளவு

செய்முறை:

❖ ஒரு அகலமான பாத்திரத்தில் ராகி மாவு, அரிசி மாவு, பொட்டுக் கடலை மாவு, உப்பு, துருவிய உருளைக் கிழங்கு, அரைத்த விழுதுக் கலவை அனைத்தையும் போட்டு சிறிது தண்ணீர் விட்டு இட்லி மாவு பதத்துக்கு அரைத்து, ஒரு மணி நேரம் வைத்திருக்கவும்.

❖ ஒரு மணி நேரத்துக்குப் பிறகு, குழிப் பணியாரக் கல்லில் சமையல் எண்ணெய் விட்டு, அப்பம்களாக வார்க்கவும்.

❖ சுடச் சுடப் பரிமாறவும்.

80. கேழ்வரகு அடை

தேவையான பொருள்கள்:

ராகி மாவு - 1 கப்

கோதுமை மாவு - 1 கப்

மிளகாய் தூள் - 1 ஸ்பூன்

உப்பு - தேவையான அளவு

இஞ்சி பூண்டு விழுது - 1/4 ஸ்பூன்

கொத்தமல்லி - சிறிதளவு

பெருங்காயம் - சிறிதளவு

செய்முறை:

❖ ராகி மாவுடன் கோதுமை மாவை கலக்கவும்

❖ வெங்காயத்தை பொடியாக நறுக்கி மாவுடன் கலக்கவும்.

❖ இத்துடன் தேவையான அளவு உப்பு, மிளகாய்த்தூள், பெருங்காயம், இஞ்சிபூண்டு விழுது, பொடியாக நறுக்கிய கொத்தமல்லி சேர்க்கவும்.

❖ இந்த மாவை தண்ணீர் சேர்க்காமல் முதலில் நன்றாக கலந்து பின் கொஞ்சம் கொஞ்சமாக தண்ணீர் சேர்த்துப் பிசையவும்.

❖ சப்பாத்தி மாவை விட சற்றுத் தளர இருக்குமாறு மாவைக் கலக்கவும்.

- ❖ பின்னர் அடுப்பில் தோசைக்கல் வைத்துக் காய்ந்ததும் சின்ன உருண்டையாக மாவை எடுத்து கல்லில் வைத்து ஈரத்துணியை அதன் மேல் வைத்து மெல்லிய அடையாகத் தட்டவும்.

- ❖ பக்கத்தில் ஒரு பாத்திரத்தில் தண்ணீர் வைத்துக் கொண்டு அதை தொட்டு தொட்டு அடையை மெல்லியதாக தட்டவும்.

- ❖ பின் அடுப்பில் தீயை சிறுக வைத்து அடையை இரண்டு பக்கமும் சிவக்க வேகவிட்டு எடுக்கவும். சுடச் சுடப் பரிமாறவும்.

81. கேழ்வரகு கீரை அடை

தேவையான பொருள்கள்:

ராகி மாவு - 1 கப்

முருங்கைக் கீரை - 3/4 கப்

உப்பு - தேவையான அளவு

எண்ணெய் - தேவையான அளவு

செய்முறை:

- ❖ முதலில் முருங்கைக் கீரையை உதிர்த்துக் கொண்டு கீரையை நன்றாக இரண்டு முறை மண் போக அலசவும். பின் பொடியாக நறுக்கிக் கொள்ளவும்.

- ❖ அடுத்ததாக ராகி மாவுடன் பொடியாக நறுக்கிய கீரை மற்றும் தேவையான உப்பு சேர்த்து நன்றாகக் கலக்கவும்.

- ❖ அதனுடன் சிறிது சிறிதாக தண்ணீர் சேர்த்து சற்றுத் தளற பிசையவும். -

- ❖ பிறகு அடுப்பில் தோசைக்கல் வைத்துக் காய்ந்ததும் மாவை சின்னச் சின்ன உருண்டைகளாக எடுத்து அடைபோல தட்டி சுற்றிலும் எண்ணெய் விட்டு வேக விடவும்.

- ❖ அடையை இரண்டு பக்கமும் சிவக்க வேகவைத்து எடுத்து சுடச் சுடப் பரிமாறவும்.

82. கேழ்வரகு சேமியா உப்புமா

தேவையான பொருள்கள்:

ராகி சேமியா - 2 கப்

பச்சை மிளகாய் - 3

உப்பு - தேவையான அளவு

வெங்காயம் - 1

எலுமிச்சை சாறு - 1/2 ஸ்பூன்

தாளிக்க:

கடுகு - 1/4 ஸ்பூன்

உடைத்த உளுந்து - 1/4 ஸ்பூன்

கடலைப் பருப்பு - 1/4 ஸ்பூன்

வறுத்த வேர்கடலை - 2 ஸ்பூன்

கருவேப்பிலை - சிறிதளவு

செய்முறை:

❖ அடுப்பில் ஒரு அகலமான பாத்திரத்தில் தண்ணீர் ஊற்றிக் கொதிக்கவிடவும்.

❖ தேவையான உப்பு சேர்க்கவும்.

❖ பின் அடுப்பிலிருந்து பாத்திரத்தை இறக்கிஅதில் சேமியாவைச் சேர்த்து மூடி வைக்கவும்.

❖ இரண்டு நிமிடங்கள் அப்படியே விடவும். பிறகு தண்ணீரை வடிகட்டவும்.

❖ பிறகு பாத்திரத்திலிருந்து சேமியாவை எடுத்து இட்லி தட்டில் வைத்து 5 நிமிடங்கள் ஆவியில் வைக்கவும். அடுப்பிலிருந்து இறக்கி ஆறவிடவும்.

❖ சூட்டிலேயே இதை தாளித்தால் உப்புமாஉதிராக இருக்காது. அதனால் வேக வைத்த சேமியாவை நன்றாக ஆறவிடவும்.

❖ பின்னர் வெங்காயத்தை நீளவாக்கில் நறுக்கி வைக்கவும். பச்சை மிளகாயை கீறி வைக்கவும்.

❖ அடுத்ததாக அடுப்பில் ஒரு கனமான வாணலி வைத்து எண்ணெய் ஊற்றிக் காய்ந்ததும் தாளிக்கக் கொடுத்துள்ள பொருள்களைச் சேர்த்து தாளித்து நறுக்கிய வெங்காயம், பச்சைமிளகாயைச் சேர்த்து நன்றாக வதக்கவும்.தேவையான அளவு உப்பு சேர்த்துக் கிளறவும்.

❖ அதனுடன் ஆறவைத்திருக்கும் சேமியாவைச் சேர்த்து நன்றாகப் பிரட்டவும். இறக்கவும்.

❖ கடைசியில் எலுமிச்சை சாறு சேர்த்து சூடாகப் பரிமாறவும்.

83. கேழ்வரகு இடியாப்பம்

தேவையான பொருள்கள்:

ராகி மாவு - 1 கப்

அரிசி மாவு - 1/4 கப்

உப்பு - தேவையான அளவு

நல்லெண்ணெய் - சிறிதளவு

செய்முறை:

❖ ராகி (கேழ்வரகு) மாவையும் அரிசிமாவையும் ஒன்றாகக் கலக்கவும்.

❖ பிறகு அடுப்பில் ஒரு பாத்திரம் வைத்து தேவையான அளவு தண்ணீரை ஊற்றி அதனுடன் தேவையான உப்பு சேர்த்து கூடவே கொஞ்சம் எண்ணெய் விட்டுக் கொதிக்கவிடவும்.

❖ கொதிக்கும் தண்ணீரில் சிறிது சிறிதாக மாவைச் சேர்த்து கெட்டியில்லாமல் கிளறவும்.

❖ கையில் எண்ணெய் தடவி மாவைப் பிசைந்து இடியாப்பம் குழலில் மாவை வைத்துப் பிழியவும்.

❖ 10 நிமிடங்கள் ஆவியில் வைத்து எடுத்தால் ராகி இடியாப்பம் தயார்.

84. கேழ்வரகு புட்டு

தேவையான பொருள்கள்:

ராகி மாவு - 3 கப் தேங்காய் - 1/2 மூடி

சர்க்கரை - 1 கப் நெய் - 3 ஸ்பூன்

உப்பு - தேவையான அளவு

செய்முறை:

❖ ஒரு பாத்திரத்தில் ராகி மாவுடன் தேவையான உப்பு சேர்த்து லேசாகத் தண்ணீர் தெளித்துப் பிரட்டவும்.

❖ பின் மாவை இட்லி பாத்திரத்தில் வைத்து ஆவியில் வேக வைத்து எடுக்கவும்.

❖ தேங்காயைத் துருவி வைக்கவும்.

❖ பிறகு வேக வைத்து எடுத்த ராகி மாவுடன் தேங்காய்த் துருவல், சர்க்கரை மற்றும் நெய் சேர்த்து பிரட்டிப் பரிமாறவும்.

85. கேழ்வரகு பால் கொழுக்கட்டை

தேவையான பொருள்கள்:

கேழ்வரகு மாவு - 1 கப்

அரிசி மாவு - 1/4 கப்

சர்க்கரை - 1/2 கப்

நெய் - 3 டேபிள் ஸ்பூன்

தேங்காய்த் துருவல் - 1/2 மூடி

பால் - 1/2 லிட்டர்

நல்லெண்ணெய் - 100 மில்லி

ஏலக்காய் தூள் - சிட்டிகை அளவு

செய்முறை:

❖ முதலில் அடுப்பில் வாணலி வைத்துச் சூடானதும் கேழ்வரகு மாவை வெறும் கடாயில் வறுத்து எடுத்துக் கொள்ளவும்.

❖ பின் அடுப்பில் அடிகனமான பாத்திரத்தில் இரண்டு கப் தண்ணீர்விட்டு கொதிக்கவிடவும். தேவையான உப்பும், சிறுதளவு எண்ணெயும் ஊற்றி கொதிக்க விடவும்.

❖ தண்ணீர் கொதித்ததும் அதில் கோதுமை மாவை கொஞ்சம் கொஞ்சமாகச் சேர்த்து நன்கு கிளறவும். அடுத்து அரிசி மாவையும் சேர்த்துக் கிளறி இறக்கவும்.

❖ மாவு சற்று ஆறியதும் கைகளில் நல்லெண்ணெய் தடவிக்கொண்டு சின்னச் சின்ன உருண்டைகளாக உருட்டவும்.

❖ உருட்டிய உருண்டைகளை இட்லி தட்டில் ஆவியில்வேகவைத்து எடுக்கவும். தேவைப்பட்டால் தண்ணீர் கொதிக்கும்போது சிட்டிகை உப்பும் சேர்க்கலாம்.

❖ பின் அடுப்பில் வாணலி வைத்து நெய் விட்டுச் சூடானதும் தேங்காய்த் துருவலைப் போட்டு வதக்கி எடுத்து துருவலை மிக்ஸியில் ஒரு சுற்று சுற்றி எடுக்கவும்.

❖ அடுத்ததாக அடுப்பில் வாய் அகன்ற பாத்திரத்தில் பாலை ஊற்றிக் கொதிக்க வைத்து கொதிக்கும் பாலில் அரைத்த தேங்காய்த் துருவலைப் போடவும். கூடவே ஏலக்காய் தூள் சேர்க்கவும்.

❖ பால், தேங்காய் கலவை நன்கு கொதித்து வந்ததும் அதில் வெந்த கொழுக்கட்டைகளைப் போட்டு மேலும் ஒரு கொதி கொதிக்கவிட்டு இறக்கவும்.

❖ இந்த கேழ்வரகு பால் கொழுக்கட்டையை சூடாகவும் பரிமாறலாம். பிரிட்ஜில் வைத்து சில்லென்றும் சாப்பிடத் தரலாம். சுவை ஜோராயிருக்கும்.

86. கேழ்வரகு சப்பாத்தி

தேவையான பொருள்கள்:

ராகி மாவு - 1 கப்

கோதுமை மாவு - 1/2 கப்

அரிசி மாவு - 2 டேபிள் ஸ்பூன்

உப்பு - ருசிக்கேற்ப

துருவிய வெங்காயம் - 1 கப்

துருவிய காரட் - 1 கை அளவு

துருவிய வெள்ளரிக்காய் - 1 கை அளவு

பொடியாக நறுக்கிய பச்சை மிளகாய் - 3

தேங்காய் துருவல் - 2 டேபிள் ஸ்பூன்

பொடியாக நறுக்கிய கொத்தமல்லித் தழை - 1/4 கப்

சீரகம் - 2 டீ ஸ்பூன்

ரொட்டி சுட்டு எடுக்க

சமையல் எண்ணெய் - தேவையான அளவு

செய்முறை:

❖ ஒரு அகலமான தட்டில் ராகி மாவு முதல் சீரகம் வரை தேவையான பொருள்களில் கொடுத்தவற்றை எல்லாம் சேர்த்து, தண்ணீர் தெளித்து சப்பாத்தி மாவு பதத்துக்குப் பிசைந்து 1/4 மணி நேரம் ஊற வைக்கவும் (தண்ணீர் பார்த்து சேர்க்கவும். வெள்ளரிக்காய், வெங்காயம் - இவற்றிலும் இருந்து தண்ணீர் வெளியேறும்).

❖ பின் சற்றுக் கனமான சப்பாத்திகளாகப் போட்டு தோசைக் கல்லை அடுப்பிலேற்றி, நிதானமான தீயில், ரொட்டிகளை பொன்னிறமாக எண்ணெய் விட்டு சுட்டு எடுக்கவும்.

❖ சுடச் சுட வெங்காயத் தயிர் பச்சடியுடன் பரிமாறவும்.

<u>கம்பு</u>

87. கம்பு இட்லி

தேவையான பொருள்கள்:

கம்பு - 1 கப்

இட்லி அரிசி - 1 கப்

உளுந்து - 1/2 கப்

வெந்தயம் - 1 ஸ்பூன்

உப்பு - தேவையான அளவு

செய்முறை:

❖ கம்பையும் இட்லி அரிசியையும் இரண்டு அல்லது மூன்று முறை நன்றாக அலம்பிக் கொள்ளவும்.

❖ 4 மணி நேரம் ஊறவைக்கவும்.

❖ அடுத்து உளுந்தையும் வெந்தயத்தையும் ஒன்றாக ஊறவைத்து பிறகு கொஞ்சம் கொஞ்சமாகத் தண்ணீர் சேர்த்து புசுபுசுவென்று வருமாறு அரைக்கவும்.

❖ அடுத்ததாக கம்பு மாவையும் உளுந்து மாவையும் தேவையான உப்பு சேர்த்து ஒன்றாகக் கரைக்கவும்.

❖ கரைத்த மாவை 7-8 மணி நேரம் புளிக்க விடவும். அல்லது இரவு படுக்கும் முன் கரைத்து வைத்தால் காலை நன்றாக புளித்து மாவு பொங்கி இருக்கும்.

❖ காலையில் அடுப்பில் இட்லி பாத்திரத்தில் அடியில் தண்ணீர் விட்டு இட்லி தட்டில் மாவு விட்டு 15 நிமிடங்கள் அடுப்பில் வைத்து இறக்கவும்.

❖ சுவையான கம்பு இட்லி தயார்.

தேவையான பொருள்கள்:

கம்பு - 1 கப்

இட்லி அரிசி - 1/4 கப்

உளுந்து - 1/4 கப்

வெந்தயம் - 1 ஸ்பூன்

உப்பு - தேவையான அளவு

செய்முறை:

❖ கம்பு, இட்லி அரிசி, உளுந்து, வெந்தயம் எல்லாவற்றையும் ஒன்றாகப் போட்டு தண்ணீர் ஊற்றி 6 மணி நேரம் வரை ஊறவைக்கவும்.

❖ 6 மணி நேரத்துக்குப் பிறகு எடுத்து அரைத்து தேவையான அளவு உப்பு சேர்த்து 5 மணி நேரம் வரை புளிக்க விடவும். அல்லது இரவு படுக்கும் முன் கரைத்து வைத்தால் காலை நன்றாக புளித்து மாவு பொங்கி இருக்கும்.

❖ காலையில் அடுப்பில் தோசைக் கல்லைக் காயவைத்து மெல்லிய தோசைகளாக வார்த்து இரண்டு பக்கமும் சிவக்க வேகவிட்டு எடுக்கவும். சுவையான சட்னியுடன் சூடாகப் பரிமாறவும்.

89. கம்பு அடை

தேவையான பொருள்கள்:

கம்பு மாவு - 2 கப்

வெங்காயம் - 2

பச்சை மிளகாய் - 2

உப்பு - தேவையான அளவு

எண்ணெய் - தேவையான அளவு

செய்முறை:

❖ கம்பு மாவை தண்ணீர் விட்டுக் கலக்கவும்.

❖ வெங்காயம் பச்சைமிளகாயை பொடியாக நறுக்கி வைக்கவும்.

❖ பின் கம்பு மாவில் தேவையான அளவு உப்பு சேர்த்து பொடியாக நறுக்கிய வெங்காயம் பச்சைமிளகாயையும் சேர்த்து அடை மாவு பதத்துக்குக் கரைக்கவும்.

* பின் அடுப்பில் தோசைக்கல்லை வைத்துக் காய்ந்ததும் மாவை சற்று சின்ன சின்ன உருண்டைகளாக உருட்டி மெல்லியதாகத் தட்டவும்.
* சுற்றி எண்ணெய்விட்டு இரண்டு பக்கமும் வேகவிட்டு எடுக்கவும். சுவையான கம்பு அடை ரெடி.

90. கம்பு கொழுக்கட்டை

தேவையான பொருள்கள்:

கம்பு - 1 கப்

வெங்காயம் - 2

பச்சை மிளகாய் - 2

உப்பு - தேவையான அளவு

எண்ணெய் - தேவையான அளவு

தேங்காய் துருவல் - 3 ஸ்பூன்

இஞ்சி - 1 துண்டு

தாளிக்க:

கடுகு - 1/4 ஸ்பூன்

உடைத்த உளுந்து - 1/4 ஸ்பூ -

கடலை பருப்பு - 1/4 ஸ்பூன்

பெருங்காயம் - சிறிதளவு

பச்சை மிளகாய் - 2

கருவேப்பிலை - சிறிதளவு

சீரகம் - 1/4 ஸ்பூன்

செய்முறை:

* அடுப்பில் வாணலி வைத்துச் சூடானதும் கம்பை வெறும் வாணலியில் நன்றாக வாசனை வரும் வரை வறுக்கவும்.
* வறுத்த கம்பை மிக்ஸியில் போட்டு ஒன்றிரண்டாக ரவையாக உடைக்கவும்.
* பின் எடுத்து நன்றாக சலித்து வைக்கவும்.
* அடுத்து அடுப்பில் அடி கனமான வாணலி வைத்து சமையல் எண்ணெய் மற்றும் தேங்காய் எண்ணெய் சேர்த்து காய்ந்ததும் தாளிக்கக் கொடுத்திருக்கும் பொருள்களைப் போட்டு தாளித்து வெங்காயம் பச்சை மிளகாய் மற்றும் இஞ்சி சேர்த்து வதக்கவும்.

* வெங்காயம் நன்கு வதங்கியதும் தேவையான தண்ணீர் சேர்த்துக் கொதிக்க விடவும்.

* தண்ணீர் நன்கு கொதித்ததும் சலித்து வைத்துள்ள கம்பு சேர்க்கவும்.

* கம்பு நன்றாக வெந்ததும் அடுப்பிலிருந்து இறக்கவும்.

* ஆறியதும் சின்னச் சின்னக் கொழுக்கட்டை போல உருட்டி இட்லி தட்டில் வைத்து 10 நிமிடங்கள் ஆவியில் வேகவிட்டு இறக்கவும்.

* சுவையான கம்பு கொழுக்கட்டை தயார்.

91. கம்பு புட்டு

தேவையான பொருள்கள்:

கம்பு மாவு - 2 கப்

வெல்லம் - 1 கப்

உப்பு - தேவையான அளவு

தேங்காய் - 1/2 மூடி

நெய் - 3 ஸ்பூன்

ஏலக்காய்பொடி - 1/4 ஸ்பூன்

செய்முறை:

* ஒரு வாயகன்ற பாத்திரத்தில் கம்பு மாவுடன் தேவையான உப்பு சேர்த்து லேசாகத் தண்ணீர் தெளித்துப் பிரட்டவும்.

* பின் அந்த மாவை இட்லி பாத்திரத்தில் வைத்து ஆவியில் வைக்கவும்.

* வெந்ததும் எடுத்து கட்டியாக இருந்தால் மிக்ஸியில் போட்டு திருப்பவும்.

* அடுத்து தேங்காயை துருவி வைக்கவும்.

* அடுத்தபடியகா வெல்லத்தில் சிறிதளவு தண்ணீர்விட்டு கரைந்ததும் வடிகட்டவும்.

* பின் அந்த வெல்லக் கரைசலை அடுப்பில் வைத்து கொதிக்கவிடவும். பச்சை வாசனை போனதும் அடுப்பிலிருந்து இறக்கவும்.

* இறுதியாக வேகவைத்த கம்புமாவில், தேங்காய்த் துருவல், வெல்லக்கரைச்சல் மற்றும் நெய் சேர்த்து பிரட்டிப் பரிமாறவும்.

* மிகச் சுவையான கம்பு புட்டு தயார்.

தேவையான பொருள்கள்:

கம்பு மாவு - 1 கப்

அரிசி மாவு - 1/4 கப்

உப்பு - தேவையான அளவு

நல்லெண்ணெய் - சிறிதளவு

செய்முறை:

❖ கம்புமாவையும் அரிசிமாவையும் ஒன்றாகக் கலக்கவும்.

❖ பின் அடுப்பில் ஒரு பாத்திரம் வைத்து தேவையான அளவு தண்ணீர் ஊற்றி, கூடவே உப்பு சேர்த்து கொஞ்சம் எண்ணெய் விட்டுக் கொதிக்கவிடவும்.

❖ கொதிக்கும் தண்ணீரில் சிறிது சிறிதாக கம்பு மாவைச் சேர்த்து கெட்டியில்லாமல் கிளறவும்.

❖ பின் கையில் எண்ணெய் தடவிக்கொண்டு, மாவைப் பிசைந்து இடியாப்பம் குழலில் மாவை வைத்து பிழியவும்.

❖ பிழிந்த இடியாப்பத்தை 10 நிமிடங்கள் ஆவியில் வைத்து எடுத்தால் கம்பு இடியாப்பம் தயார்.

93. கம்பு பரோட்டா

தேவையான பொருள்கள்:

கம்பு மாவு (சலித்தது) - 1/2 கப்

கோதுமை மாவு - 1 கப்

துருவிய முள்ளங்கி - 1 கப்

பொடியாக நறுக்கிய ஏதேனும் ஒரு கீரை - 1/4 கப்

நசுக்கிய பூண்டு - 2 பல்

பொடியாக நறுக்கிய பச்சை மிளகாய் - 2

உப்பு - ருசிக்கேற்ப

தயிர் - 1/2 கப்

மஞ்சள் பொடி - 1/2 டீ ஸ்பூன்

சூடான எண்ணெய் - 2 டேபிள் ஸ்பூன்

கசூரி மேத்தி (காய்ந்த வெந்தயக் கீரை இலைகள்) - சிறிது

சமையல் எண்ணெய் - தேவையான அளவு

செய்முறை:

❖ மேற்கூறிய கம்பு மாவு முதற்கொண்டு கசூரி மேத்தி வரையான அனைத்துப் பொருள்களையும் போட்டு நன்கு பிசைந்து 1/2 மணி நேரம் ஊற வைக்கவும்.

❖ பின் சற்றுத் தடிமனான பரோட்டாவாக இட்டு, தோசைக் கல்லில் போட்டு எண்ணெய் விட்டு சுடவும்.

❖ பரோட்டாவின் இரு புறத்தையும் வேக வைக்கவும்.

❖ அடுப்பை நிதானமாக எரிய விட்டு, சிறிது எண்ணெய் விட்டு பொன்னிறமானதும், எடுத்து சூடாக பரோட்டாவை பரிமாறவும்.

94. கம்பு கடலைப்பருப்பு கிச்சடி

தேவையான பொருள்கள்:

கம்பு - 1 கப் (கழுவி 1 மணி நேரம் ஊற வைத்து வடிகட்டவும்)

கடலைப் பருப்பு - 1/2 கப் (1/2 மணி ஊற வைத்து வடிகட்டவும்)

மஞ்சள் பொடி - 1/4 டி ஸ்பூன்

தண்ணீர் - 3 1/2 கப் அல்லது 4 கப்

உப்பு - ருசிக்கேற்ப

தாளிக்க:

சமையல் எண்ணெய் - 1 டேபிள் ஸ்பூன்

சீரகம் - 1 டி ஸ்பூன்

கிராம்பு - 3

கீறிய பச்சை மிளகாய் - 1

மேலே அலங்கரிக்க

நெய் - 2 டேபிள் ஸ்பூன்

செய்முறை:

❖ கம்பு, கடலைப் பருப்பு, மஞ்சள் பொடி சேர்த்து ஒரு குக்கரில் போட்டு, 3 1/2 கப் தண்ணீர் விட்டு 4 விசில் வந்த பிறகு இறக்கவும்.

❖ பிரஷர் போனதும் குக்கரைத் திறந்து, ருசிக்கேற்ப உப்பு போட்டு, தாளிக்கக் கொடுத்தவற்றை தாளித்துக் கொட்டிக் கிளறவும்.

❖ அவ்வளவுதான் கம்பு கடலைப்பருப்புக் கிச்சடி தயார். தேங்காய் சட்னியுடன் பரிமாறினால் சுவை கூடுதலாக இருக்கும்.

குறிப்பு:

கிச்சடி சற்று தளர்த்தியாக இருந்தால்தான் சுவை நன்றாக இருக்கும்.

தேவையான பொருள்கள்:

தினை அரிசி - 1 கப்

வரகு அரிசி - 1/2 கப்

சாமை அரிசி - 1/2 கப்

இட்லிஅரிசி - 1 கப்

உளுந்து - 1 கப்

வெந்தயம் - 1 ஸ்பூன்

வெங்காயம் - 2

பச்சை மிளகாய் - 2

தாளிக்க:

கடுகு - 1/4 ஸ்பூன்

உடைத்த உளுந்து - 1/4 ஸ்பூன்

கடலை பருப்பு - 1/4 ஸ்பூன்

கருவேப்பிலை - சிறிதளவு

செய்முறை:

❖ தினை அரிசி, வரகு அரிசி, சாமை அரிசி, இட்லிஅரிசி நான்கையும் ஒன்றாக தண்ணீர் ஊற்றி 6-7 மணி நேரம் ஊறவைக்கவும்.

❖ உளுந்தையும் வெந்தயத்தையும் தனியாக இரண்டு மணி நேரம் ஊறவைக்கவும்

❖ பிறகு ஊற வைத்துள்ளஅரிசிகளை ஒன்றாகச் சேர்த்துஅரைக்கவும்.

❖ உளுந்தையும் வெந்தயத்தையும் அரைத்து வைக்கவும்.

❖ பின்னர் இரண்டு மாவையும் தேவையான அளவு உப்பு போட்டு ஒன்றாகச் சேர்த்து கரைக்கவும்.

❖ 6 மணி நேரம் வரை புளிக்கவிடவும்.

❖ வெங்காயம், பச்சை மிளகாயை பொடியாக நறுக்கவும்.

❖ பிறகு அடுப்பில் வாணலி வைத்து எண்ணெய் ஊற்றிக் காய்ந்ததும் தாளிக்கக் கொடுத்துள்ளப் பொருள்களை தாளித்து வெங்காயம், பச்சை மிளகாயை வதக்கி மாவில் கொட்டவும்.

❖ அடுப்பில் குழிப்பணியாரக் கல்லில் எண்ணெய்விட்டு கொஞ்சம் கொஞ்சமாக மாவு விட்டு பணியாரங்கலை சிவக்க விட்டு எடுக்கவும்.

❖ தகுந்த சட்னியுடன் சூடாகப் பரிமாறவும்.

96. சிறுதானிய ஆப்பம்

தேவையான பொருள்கள்:

சோளம் - 1 கப்

சாமை அரிசி - 1/2 கப்

தினை அரிசி - 1/2 கப்

உளுந்து - 1/2 கப்

தேங்காய் துருவல் - 1 கப்

செய்முறை:

❖ அரிசியையும் சோளத்தை ஒன்றாக ஊறவைக்கவும்.

❖ பின் ஊற வைத்த அரிசி, சோளத்துடன் தேங்காய் துருவலைச் சேர்த்து அரைக்கவும்

❖ உளுந்தை ஊறவைத்து தனியாக அரைக்கவும்.

❖ பிறகு இரண்டு மாவையும் தேவையான அளவு உப்பு சேர்த்துக் கரைக்கவும்.

❖ ஏழு மணிநேரம் புளிக்கவிடவும்.

❖ பின்னர் அடுப்பில் ஆப்பக்கல்லை வைத்து ஒரு கரண்டி மாவு விட்டு நன்றாக படருமாறு பாத்திரத்தை மெதுவாக சுற்றி மூடி வைத்து வேகவிடவும்.

❖ வெந்ததும் சுவையான ஆப்பம் தயார். தேங்காய் பால், குருமாவுடன் சூடாகச் சாப்பிடவும்.

97. சிறுதானிய பொங்கல்

தேவையான பொருள்கள்:

தினை அரிசி - 1/4 கப்

வரகரிசி - 1/4 கப்

சாமை - 1/4 கப்

பாசி பருப்பு - 1/4 கப்

தாளிக்க:

மிளகு - 1 ஸ்பூன்

சீரகம் - 1ஸ்பூன்

இஞ்சி - 1 துண்டு

கருவேப்பிலை - சிறிதளவு

பெருங்காயம் - சிறிதளவு

செய்முறை:

❖ *பாசிப்பருப்பை லேசாக வறுத்து வேகவைத்துக்கொள்ளவும்.*

❖ *தினை அரிசி, வரகரிசி, சாமை மூன்றையும் ஒன்றாக ஊறவைக்கவும். 15 நிமிடம் ஊற வைத்தால் போதும்.*

❖ *பிறகு அடுப்பில் குக்கர் வைத்து எண்ணெயும் நெய்யும் விட்டு மிளகு, சீரகம், இஞ்சி, சேர்த்து பொரிந்ததும் ஊறவைத்த அரிசிகளையும் பாசிப்பருப்பையும் சேர்த்து நன்றாகக் கலக்கவும்.*

❖ *தேவையான அளவு தண்ணீர் விட்டு பச்சை கருவேப்பிலை சேர்த்து குக்கரை மூடவும்.*

❖ *2 விசில் வந்ததும் அடுப்பை அணைத்துவிடவும்.*

❖ *ஆவி போனதும் மூடி திறந்து மேலே சூடான நெய் விட்டுக் கலந்து பரிமாறவும்.*

❖ *ருசியான சிறுதானிய பொங்கல் ரெடி.*

98. சிறுதானிய அடை

தேவையான பொருள்கள்:

தினை - 1/2 கப்

சாமை - 1/2 கப்

குதிரைவாலி - 1/2 கப்

வரகரிசி - 1/2 கப் -

துவரம் பருப்பு - 1 கப்

கடலை பருப்பு - 1 கப்

உளுந்து - 1 ஸ்பூன்

பாசிப் பருப்பு - 2 ஸ்பூன்

வெங்காயம் - 2 (பொடியாக நறுக்கியது)

மிளகாய் வற்றல்- 5

பச்சை மிளகாய் - 2

இஞ்சி - 1 துண்டு

சோம்பு - 1/4 ஸ்பூன்

பெருங்காயம் - சிறிதளவு

கொத்தமல்லி - சிறிதளவு

கருவேப்பிலை - சிறிதளவு

செய்முறை:

❖ அரிசி வகைகளையும் பருப்பு வகைகளையும் கழுவிச் சுத்தம் செய்து ஒன்றாகச் சேர்த்து தண்ணீர் ஊற்றி 4 மணி நேரம் ஊறவைக்கவும்.

❖ ஊறவைத்த அரிசி பருப்புகளுடன் சிகப்பு மிளகாய், பச்சை மிளகாய், இஞ்சி, சோம்பு தேவையான அளவு உப்பு சேர்த்து அரைக்கவும்.

❖ பின் அரைத்த மாவுடன் பொடியாக நறுக்கிய வெங்காயம் பெருங்காயம் கொத்தமல்லி கருவேப்பிலை சேர்த்து நன்றாக கலக்கவும்.

❖ அடுத்ததாக அடுப்பில் தோசைக்கல்லை வைத்துச் சூடானதும் மாவு வார்த்து சுற்றிலும் எண்ணெய் விட்டு இரண்டுபக்கமும் வேகவிட்டு எடுக்கவும்.

❖ சுவையான சிறுதானிய அடை ரெடி.

99. சிறுதானிய தோசை

தேவையான பொருள்கள்:

தினை அரிசி - 1/2 கப்

சாமை அரிசி - 1/2 கப்

வரகரிசி - 1/2 கப்

இட்லி அரிசி - 1/2 கப்

உளுந்து - 1/2 கப்

வெந்தயம் - 1/2 ஸ்பூன்

உப்பு - தேவையான அளவு

செய்முறை:

❖ முதலில் அரிசிவகைகளை ஒன்றாகச் சேர்த்து தண்ணீர் ஊற்றி 4 மணி நேரம் வரை ஊற வைக்கவும்.

❖ உளுந்தை வெந்தயத்துடன் சேர்த்து தனியே ஊற வைக்கவும்.

❖ பிறகு அரிசி வகைகளை தனியாகவும், உளுந்தைத் தனியாகவும் அரைத்துக் கொள்ளவும்.

❖ பின்னர் அரைத்து வைத்துள்ள இரண்டு மாவையும் தேவையான உப்பு சேர்த்து ஒன்றாகக் கலந்து 5 மணி நேரம் வரை புளிக்க விடவும்.

❖ பின் அடுப்பில் தோசைக் கல்லைக் காயவைத்து மெல்லிய தோசைகளாக வார்த்து இரண்டு பக்கமும் வேகவிட்டு எடுக்கவும்.

❖ ருசியான சிறுதானிய தோசை ரெடி.

100. கொள்ளு அடை

தேவையான பொருள்கள்:

கொள்ளு - 1/4 கப்

பச்சரிசி - 1 கப்

புழுங்கல் அரிசி - 1 கப்

துவரம் பருப்பு - 1 கப்

கடலைப் பருப்பு - 1 கப்

பாசி பருப்பு - 1/2 கப்

உளுத்தம் பருப்பு - 1/2 கப்

மிளகாய் வற்றல் - 10

உப்பு - ருசிக்கேற்ப

பொடியாக நறுக்கிய சாம்பார் வெங்காயம் - 2 கை அளவு

பொடியாக நறுக்கிய தக்காளி - 2

துருவிய தேங்காய் - 1 கை அளவு

துருவிய இஞ்சி - 1 டேபிள் ஸ்பூன்

பொடியாக நறுக்கிய கறிவேப்பிலை, பச்சை கொத்தமல்லித் தழை - சிறிது

அடை சுட்டு எடுக்க

சமையல் எண்ணெய் - தேவையான அளவு

செய்முறை:

❖ கொள்ளை 3 மணி நேரம் ஊற வைக்கவும்.

❖ அரிசி வகைகள் + பருப்பு வகைகள், எல்லாவற்றையும் கழுவி மிளகாய் வற்றல் சேர்த்து 3 மணி நேரம் ஊற வைக்கவும்.

❖ கொள்ளை முதலில் மிக்ஸியில் ஒரு சுற்று சுற்றி, பிறகு மற்ற சாமான்களுடன் கிரைண்டரில் சற்று கரகரப்பாக அரைக்கவும். தக்காளியையும் சேர்த்து அரைக்கவும். ருசிக்கேற்ப உப்பு சேர்த்து, மாவை 2 மணி நேரம் வைக்கவும்.

❖ பின் தோசை சுடுவதற்கு முன்பாக மாவில் நறுக்கிய சாம்பார் வெங்காயம், துருவிய தேங்காய், துருவிய இஞ்சி, நறுக்கிய மல்லி

தழை, கறிவேப்பிலை சேர்த்து நன்கு கலந்து, சூடான தோசை கல்லில் அடைகளாக வார்க்கவும். இரு பக்கமும் எண்ணெய் விட்டு மொறுமொறுப்பாக சுட்டு எடுக்கவும்.

❖   சூடாகப் பரிமாறவும்.